-જે કોઈ પોતાના જીવનમાં વધારે સમૃદ્ધ થવા ઈચ્છે છે તેણે પોતાના નાઈટસ્ટેન્ડમાં આ વસ્તુ રાખવી જોઈએ.

-એરિયાના હફિંગ્ટન

-મુશ્કેલીઓનો સામનો કરવાથી માંડીને સંબંધો સુધીની દરેક બાબતોમાં વ્યવહારુ સલાહ આપે છે. ઝેન તરફ પાછા જવા માટે શ્રેષ્ઠ પુસ્તક છે.

-સ્ટાઈલિસ્ટ

-સમય કાઢવો એ સુનીમની ખાસિયત છે. તેઓ એક બૌદ્ધ ભિક્ષુ છે જેઓ આ માટે આંતરરાષ્ટ્રીય સ્તરે જાણીતા છે. સોશિયલ મીડિયા પર સલાહ માટેની વિનંતીઓના જવાબમાં લખાયેલું આ પુસ્તક વિશ્વભરના લોકોની સમસ્યાઓનો સીધો ઉકેલ લાવે છે.

-જૉન પોલ ફ્લિન્ટોફ, ગાર્ડિયન

-અદભુત – એક જ્ઞાની, દયાળુ શિક્ષકના હૃદયમાંથી સીધું નીકળેલું. સરળ અને સૌમ્ય રમૂજ સાથે લખાયેલું, જે તમને બદલાતી દુનિયામાં કાયમી સુખ શોધવામાં મદદ કરશે.

-રિક હેન્સન, બુદ્ધાઝ બ્રેઈન એન્ડ હાર્ડવેરિંગ હેપીનેસના લેખક

-શાણપણ અને પ્રેમથી ભરપૂર, આ પુસ્તક એક પ્રિય સાથી તરીકે રાખવા જેવું છે. તેને પોતાની પાસે રાખો. તેના સરળ છતાં ઊંડાણપૂર્વકના સંદેશાઓ સાથે તે વારંવાર અને ફરીથી સંપર્ક કરવા માટે એક શાણો મિત્ર બની રહેશે. હૈનિમ સુનિમે પોતાની જીવનકથા અને લેખન દ્વારા પૂર્વ અને પશ્ચિમ વચ્ચે પુલ બનવાનું કામ કર્યું છે. ખરેખર આ એક રત્ન છે.

વિદ્યામાલા બર્ચ, માઈન્ડફુલનેસ ફોર હેલ્થના લેખક

The Things You Can See Only
When You Slow Down
ધ થિંગ્સ યુ કેન સી
ઓન્લી વ્હેન યુ
સ્લો ડાઉન
આ દોડધામ ભરી દુનિયામાં પોતાની અંદર સ્થિરતા કેવી રીતે લાવશો
હૈનિમ્ સુનિમ
આ પુસ્તકની ત્રણ મિલિયન કરતાં પણ વધારે નકલો વેચાઈ ચૂકી છે.

ધ થિંગ્સ યુ કેન સી ઓનલી વ્હેન યુ સ્લો ડાઉન

આ દોડધામ ભરી દુનિયામાં પોતાની અંદર સ્થિરતા કેવી રીતે લાવશો

અનુવાદક – કાશ્યપી મહ્રા

પ્રકાશક – વોવ પબ્લિશિંગ્સ પ્રા. લિ. પુણે

મુદ્રક -

«fkþf : ðkìð ÃkÂç÷®þøMk «k. r÷., Ãkwýu

{wÿf : rðÇ{ r«LxMko «k. r÷., Ãkwýu

ftÃkkuÍ-yûkhktfLk : {erzÞk MkÃkkuxo ÞwrLkx, y{ËkðkË-51.

«Úk{ ykð]r¥k : May 2024

yLkwðkË : fk~ÞÃke {nk

ISBN : 978-93-90132-61-4

The Things You Can See Only When You Slow Down આ અંગ્રેજી પુસ્તકનો ગુજરાતી અનુવાદ

The Things You Can See Only When You Slow Down
by Haemin Sunim

The Things You Can See Only
When You Slow Down
ધ થિંગ્સ યુ કેન સી
ઓન્લી વ્હેન યુ
સ્લો ડાઉન
આ દોડધામ ભરી દુનિયામાં પોતાની અંદર સ્થિરતા કેવી રીતે લાવશો
હૈનિમ સુનિમ
આ પુસ્તકની ત્રણ મિલિયન કરતાં પણ વધારે નકલો વેચાઈ ચૂકી છે.

ધ થિંગ્સ યુ કેન સી ઓનલી વ્હેન યુ સ્લો ડાઉન

આ દોડધામ ભરી દુનિયામાં પોતાની અંદર સ્થિરતા કેવી રીતે લાવશો

અનુવાદક – કાશ્યપી મહા

પ્રકાશક – વોવ પબ્લિશિંગ્સ પ્રા. લિ. પુણે

મુદ્રક -

«fkþf : ðkìð ÃkÂç÷®þøMk «k. r÷., Ãkwýu

{wÿf : rð¢{ r«LxMko «k. r÷., Ãkwýu

ftÃkkuÍ-yûkhktfLk : {erzÞk MkÃkkuxo ÞwrLkx, y{ËkðkË-51.

«Úk{ ykð]r¥k : May 2024

yLkwðkË : fk~ÞÃke {nk

ISBN : 978-93-90132-61-4

The Things You Can See Only When You Slow Down આ અંગ્રેજી પુસ્તકનો ગુજરાતી અનુવાદ

The Things You Can See Only When You Slow Down
by Haemin Sunim

પરિચય

હૈમિન સુનિમ વિશ્વના સૌથી પ્રભાવશાળી જૈન બૌદ્ધ શિક્ષકો અને લેખકો પૈકીના એક છે. હૈમિન દક્ષિણ કોરિયામાં જન્મ્યા અને બર્કલે, હાર્વર્ડ અને પ્રિંસ્ટન યુનિવર્સિટીમાં શિક્ષણ મેળવ્યા પછી કોરિયામાં મઠ અંગેની ઔપચારિક તાલીમ લીધી અને મેસાચ્યુસેટ્સમાં આવેલી એમહર્સ્ટની હેમ્પશાયર કોલેજમાં બૌદ્ધ ધર્મ શીખવ્યો. ટ્વિટર (@haeminsunim) અને ફેસબુક પર તેમના એક મિલિયન કરતાં પણ વધારે ફોલોઅર્સ છે અને તેઓ જ્યારે પોતાના શિક્ષણને વહેંચવા માટે પ્રવાસ ન કરતા હોય ત્યારે તે સિઓલમાં રહે છે. દક્ષિણ કોરિયામાં તેમના પુસ્તકોની ત્રણ મિલિયન કરતાં વધારે નકલો વેચાઈ ચૂકી છે અને માત્ર ધ્યાન માટે માર્ગદર્શક તરીકે નહીં પરંતુ દૈનંદિન જીવનના પડકારોનો સામનો કરવાનું શીખવનાર માર્ગદર્શક તરીકે જાણીતા છે.

ચી-યંગ કિમ, લેખિકા ક્યૂંગ-સૂક શિનની ન્યૂયોર્ક ટાઈમ્સ બેસ્ટસેલર કોરિયન નવલકથા પ્લીઝ લુક આફ્ટર મોમ અને સુન-મી હવાંગ લિખિત સમકાલીન કોરિયાઈ ક્લાસિક ધ હેન હુ ડ્રીમ્ડ શી કુડ ફ્લાઈ ના અનુવાદિકા છે. તે લોસ એન્જલસમાં રહે છે.

યંગચેલ લી એક કોરિયન કલાકાર છે. તેમના પેઈન્ટિંગ્સના 150 કરતા વધારે પ્રદર્શનો પ્રદર્શિત થઈ ચૂક્યા છે અને પોતાની રમણીય ગુણવત્તા માટે ઘણી પ્રશંસા મેળવી ચૂકી છે. તેમની અન્ય કલાકૃતિઓને આપ www.namusai33.com પર જોઈ શકો છો.

આમુખ

એક ઝેન ભિક્ષુ અને મેસાચ્યુસેટ્સના એક નાનકડી લિબરલ આર્ટસ કોલેજના પ્રોફેસર હોવાને કારણે, જીવનના પડકારોનો સામનો કેવી રીતે કરવો જોઈએ, એ વિશે અવારનવાર પરામર્શન માંગવામાં આવે છે. વ્યક્તિગત રીતે અને ઈમેઈલ દ્વારા પરમાર્શન આપવા સિવાય, કેટલાક વર્ષ પહેલાં હું સોશિયલ નેટવર્કિંગ સાઈટ્સ પર પણ લોકોના પ્રશ્નોના જવાબ આપવા લાગ્યો કારણ કે આ રીતે લોકો સાથે સંબંધ જોડવાનો અનુભવ મને ખૂબ મઝાનો લાગ્યો. મારા સંદેશ હંમેશા સરળ, સ્પષ્ટ અને સંક્ષિપ્ત રહેતા. ક્યારેક કોઈ પ્રશ્ન અંગે હું સીધી પ્રતિક્રિયા આપતો તો ક્યારેક માઈન્ડફુલનેસ (સચેત રહેવું) નો અભ્યાસ કરતી વખતે અથવા લોકો સાથે સંવાદ સાધતી વખતે વિચારોની કોઈ રસપ્રદ શૈલી દેખાતા, હું પોતાની માટે એક નાનકડી નોંધ લખી લેતો. આ ઉપરાંત મેં આજકાલના દોડધામભર્યા વ્યસ્ત જીવનમાં સ્થિરતાના મહત્ત્વ અંગે પણ ચર્ચા કરી અને તેની સાથે જ સારા સંબંધ જાળવી રાખવા તથા આત્મ-કરુણા વિકસિત કરવા વિશે પણ વાત કરી.

મારા ટ્વિટ્સ અને ફેસબુક પોસ્ટ્સ પર લોકોની પ્રતિક્રિયાઓનું જે ઘોડાપૂર ઉમટ્યું, તેની મેં ક્યારેય કલ્પના કરી નહોતી. ઘણા લોકો મને સંદેશ મોકલવા લાગ્યા, જેમાં મારી પાસેથી પરામર્શન તો માંગતા, સાથે પ્રશંસા કરતા અને પોતાનો આભાર પણ વ્યક્ત કરતા. મને હજુ પણ એક યુવાન મા યાદ છે, જેણે એક કાર દુર્ઘટનામાં પોતાના પતિને ગુમાવી દીધો હતો. તેમણે ખૂબ મનઃપૂર્વક મારો આભાર માન્યો હતો કારણ કે તેમના કહેવા અનુસાર મેં તેમને આત્મહત્યા કરતા બચાવી હતી. તેમનું કહેવું હતું કે તેમણે ક્યારેય પોતાને પ્રેમ કરવા વિશે વિચાર્યું જ નહોતું કારણ કે તેમના માટે હંમેશાથી પ્રેમનો અર્થ હતો, કોઈ અન્યને પ્રેમ કરવો. આ જ રીતે એક ચાલીસ વર્ષીય વ્યસ્ત અધિકારીએ જણાવ્યું કે પોતાના દિવસની શરૂઆત મારા સંદેશની સાથે કરવો એ તેમના માટે ખૂબ શાનદાર હોય છે, મારા સંદેશાઓથી તેમને પોતાના વ્યસ્ત શિડ્યુલમાં પળભર માટે શાંતિ અને સંતોષ અનુભવવાનો અને પોતાની જિંદગી વિશે વિચાર કરવાની તક મળે

છે. એ જ રીતે હાલમાં જ સ્નાતક થયેલો એક યુવક નોકરી ન મળવાને કારણે ખરાબ રીતે હતાશ હતો. તેણે મારા પ્રોત્સાહનભર્યા શબ્દ વાંચ્યા પછી એકવાર ફરી પ્રયત્ન કર્યો અને આખરે નોકરી શોધવામાં સફળ રહ્યો. જ્યારે મને આ જાણવા મળ્યું ત્યારે મારું મન ઘણા દિવસો સુધી આનંદ અને ઉલ્લાસથી ભરાઈ રહ્યું, જાણે પોતાની જિંદગીની પહેલી નોકરી મને મળી હોય.

મને આ વાતનો ખૂબ આનંદ થયો કે મારો સામાન્ય સંદેશ લોકોને પ્રેરિત કરી શકે છે અને મુશ્કેલ સમયમાં તેમના માટે મદદરૂપ સિદ્ધ થઈ શકે છે. જેમ-જેમ મારા સંદેશાઓને વધારે ને વધારે લોકોએ વહેંચવાનું શરૂ કર્યું, ટ્વિટર અને ફેસબુક પર મારા ફોલોઅર્સની સંખ્યા વધવા માંડી અને લોકોએ મને 'હીલિંગ મેન્ટર' કહેવાનું શરૂ કરી દીધું, જે આખરે કોરિયામાં મારું ઉપનામ બન્યું. એ પછી પ્રકાશન કંપનીઓ મારો સંપર્ક કરવા માંડી અને મારા લેખનને એક પુસ્તક સ્વરૂપે પ્રકાશિત કરવાનો પ્રસ્તાવ કરવા લાગી. 2012માં મારું આ પુસ્તક 'ધ થિંગ્સ યુ કેન સી ઓનલી વ્હેન યુ સ્લો ડાઉન' દક્ષિણ કોરિયામાં પ્રકાશિત થયું, આશ્ચર્યની વાત એ હતી કે તે અહીં આ 41 સપ્તાહ સુધી બેસ્ટ સેલર લિસ્ટમાં પહેલા નંબર પર રહ્યું અને પછીના ત્રણ વર્ષમાં તેની ત્રીસ લાખ કરતાં પણ વધારે નકલો વેચાઈ ગઈ. એ પછી ચીની, જાપાની, થાઈ, ફ્રાંસિસી અને અંગ્રેજી ભાષામાં તેનો અનુવાદ પ્રકાશિત થયો. આ પુસ્તકે જે રીતે લોકોનું ધ્યાન ખેંચ્યું, તેના માટે હું ખરેખર આભારી છું અને આશા રાખું છું કે તમારા માટે પણ આ એટલું જ ઉપયોગી સાબિત થશે, જેટલું અન્ય એશિયાઈ દેશો અને ફ્રાંસના વાચકો માટે રહ્યું છે.

આ પુસ્તકમાં આઠ પ્રકરણ છે, જેમાં પ્રેમથી માંડીને મિત્રતા સુધી અને કામથી માંડીને આકાંક્ષાઓ સુધી, જીવનના વિવિધ પાસાઓ વિશે વાત કરવામાં આવી છે અને જણાવવામાં આવ્યું છે કે કેવી રીતે માઈન્ડફુલનેસ આ બધા પાસાઓમાં સહાયક સાબિત થઈ શકે છે. ઉદાહરણ તરીકે, નિષ્ફળતાના પોતાના અનુભવો વહેંચવા માટે હું મારા અતીતના ઊંડાણમાં ડોકિયું કરું છું જેથી એક નવા-સવા કોલેજ પ્રોફેસર તરીકે એ જણાવી શકું કે ગુસ્સો અને ઈર્ષા જેવી નકારાત્મક ભાવનાઓની સાથે અને જીવનની નિરાશા સાથે માઈંડફુલ (સચેત) રહીને કેવી રીતે તેનો સામનો કરી શકાય. જો તમે જરૂર કરતા વધારે શરમાળ અને સંકોચશીલ સ્વભાવના છો તો છઠ્ઠા પ્રકરણમાં જણાવવામાં આવેલ 'ત્રણ મુક્તિદાયક અંતર્દષ્ટિઓ' તમારા માટે

ઘણી સહાયક થઈ શકે છે. જો તમે પોતાના ભવિષ્ય અંગે ચિંતિત છો અથવા આ વાત અંગે અનિશ્ચિતતા અનુભવો છો કે તમે ખરેખર ક્યા ક્ષેત્રમાં કારકિર્દી બનાવવા ઈચ્છો છો, તો હું આપને આ વિશે પરામર્શન આપી શકું છું કે પોતાની આત્મ-જાગરૂકતા કેવી રીતે વધારવામાં આવે.

દરેક પ્રકરણ એક નિબંધની સાથે શરૂ થાય છે, જેના પછી એવા સંક્ષિપ્ત સંદેશાઓની શ્રેણી પ્રસ્તુત કરવામાં આવી છે, જેમાં તમને સીધેસીધા સંબોધિત કરી વિવેકપૂર્ણ પરામર્શન આપવામાં આવ્યું છે. તમારે બધા પરામર્શો વિશે એક-એક કરીને વિચાર કરવાનો છે, તેમને યાદ રાખવાના છે અને તેના પર પુનર્વિચાર કરવાનો છે જેથી જ્યારે પણ તમે ચિંતા કે હતાશાનો સામનો કરી રહ્યા હો ત્યારે તે તમને કામ આવે અને તમને યાદ અપાવે કે તમે એકલા નથી. એ પછી દરેક પ્રકરણમાં એક સંક્ષિપ્ત નિબંધ આપવામાં આવ્યો છે અને પછી ધ્યાન કરવા માટે સંક્ષિપ્ત સંકેતોની એક બીજી શ્રેણી પ્રસ્તુત કરવામાં આવી છે. શાંત અંતરાલોના ઉદ્દેશથી આખા પુસ્તકમાં યંગચેઓલ લી દ્વારા દોરાયેલા રંગીન ચિત્રો મૂકવામાં આવ્યા છે, જે ધ્યાનના સંકેતોની જેમ જ લંબાવવામાં આવે છે.

કેટલાક લોકો આ પુસ્તકને ખૂબ ઝડપથી વાંચી નાખે છે, જાણે તે કોઈ નવલકથા વાંચતા હોય. પણ મારું સૂચન છે કે તમે તેને વાંચવામાં પૂર્ણ સમય લો અને દરેક આગળનું પ્રકરણ શરૂ કરતા પહેલા, જે વાંચ્યું છે, તેના પર વિચાર કરો. જ્યારે તમે દરેક પ્રકરણને ધ્યાનથી વાંચશો ત્યારે તમને વધારે આનંદ તો આવશે જ, પણ તેનાથી આગળ વધારે ઊંડા અર્થ પણ મળશે. આ ઉપરાંત તમે પુસ્તકના હાંસિયામાં પોતાની નોટ્સ બનાવવા અથવા તમારા મનને સ્પર્શી ગયા હોય એ વિભાગોને હાઈલાઈટ કરવા માટે સ્વતંત્ર છો.

આશા રાખું છું કે આ વાંચવું તમારા માટે જીવનની દોડ-ધામ વચ્ચે વિચાર અને ધ્યાન કરવાનો અવસર બની રહેશે. આશા છે કે તેનાથી તમને પોતાના વ્યક્તિત્વના વધારે સજ્જન તથા વિવેકપૂર્ણ પક્ષ સાથે જોડાવાની પ્રેરણા મળશે. મારી શુભેચ્છાઓ છે કે તમે હંમેશા ખુશ રહો, સ્વસ્થ રહો, દરેક નુકસાનથી સુરક્ષિત રહો અને તમારા જીવનમાં હંમેશા શાંતિ હોય.

અનુક્રમણિકા

અનુક્રમણિકા

પ્રકરણ - 1

વિશ્રામ

હું આટલો વ્યસ્ત શા માટે રહું છું?

જ્યારે હું મારી ચારેય તરફ આટલી દોડધામ જોઉં છું ત્યારે ક્ષણભર થોભીને પોતાની જાતને પૂછું છું, 'આ દુનિયા આટલી વ્યસ્ત છે કે મારું મન ?'

સામાન્ય રીતે આપણે પોતાના 'મન' અને 'વિશ્વ' ના અસ્તિત્વને એકબીજાથી અલગ કરીને જોઈએ છીએ. જો કોઈ પૂછે કે આપણું મન ક્યાં છે તો આપણામાંથી મોટાભાગના લોકો પોતાના માથા કે હૃદય તરફ ઈશારો કરશે, પણ કોઈ વૃક્ષ કે આકાશ તરફ ઈશારો નહીં કરે. આપણા મનમાં જે ચાલી રહ્યું છે અને વિશ્વમાં જે ચાલી રહ્યું છે, તે બંને વચ્ચે એક સ્પષ્ટ મર્યાદારેખા આપણને દેખાય છે. બહારના વિશાળ વિશ્વની સરખામણીએ, આપણા શરીરની અંદર વસેલું નાનકડું મન ખૂબ તુચ્છ, નબળું અને ક્યારેક-ક્યારેક શક્તિહીન લાગી શકે છે. જ્યારે ભગવાન બુદ્ધના શિક્ષણ અનુસાર, મન અને વિશ્વની વચ્ચેની સીમારેખા ખૂબ જ ઝીણી, હલકી અને આખરે ભ્રામક હોય છે. એવું નથી કે દુનિયા વસ્તુનિષ્ઠ રીતે આનંદિત કે દુઃખી હોય અને આપણી અંદર સમાન લાગણીઓ પેદા કરતી હોય. બલકે લાગણીઓ તો ત્યારે પેદા થાય છે જ્યારે આપણું મન પોતાના વ્યક્તિપરક અનુભવોને દુનિયા તરફ નાખે છે. દુનિયા પોતાનામાં આનંદિત કે દુઃખી નથી, દુનિયા તો માત્ર છે.

આને આપણે સંભવતઃ મારી અને મારી એક મિત્ર વચ્ચે થયેલી વાતચીત દ્વારા સારી રીતે સમજી શકીએ છે. મારી મિત્ર એક જવાબદાર અને કુશળ બૌદ્ધ ભિક્ષુણી છે. હાલમાં જ તેના મંદિરમાં એક ધ્યાન કક્ષનું નિર્માણ તેની જ દેખરેખમાં થયું છે. આ નિર્માણ કાર્ય માટે વિભિન્ન પરવાનગી પ્રાપ્ત કરવી, યોગ્ય કોન્ટ્રાક્ટર શોધવા અને એવી જ અન્ય ઘણી સમસ્યાઓ સામે ઝઝૂમવા વિશે ચર્ચા કર્યા પછી તેણે નિર્માણ પ્રક્રિયાનું વર્ણન કંઈક આ રીતે કર્યું –

'જ્યારે છત પર ટાઈલ્સ લગાવવાનો સમય આવ્યો ત્યારે મેં જોયું

કે હું ગમે ત્યાં જઉં, મારી નજર દરેક જગ્યાએ ટાઈલ્સ પર જરૂર જતી હતી. હું ધ્યાનથી જોતી કે તે ટાઈલ્સ કઈ સામગ્રીમાંથી બની છે, તેની જાડાઈ કે તેની ડિઝાઈન કેવી છે. એ પછી જ્યારે લાદી બનાવવાનો સમય આવ્યો ત્યારે મને દરેક જગ્યાએ લાદી જ દેખાતી. મારું ધ્યાન સહજપણે જ લાકડીથી બનેલી લાદીના મૂળ આધાર, રંગ, પેટર્ન અને ટકાઉપણા પર કેન્દ્રિત થઈ જતું. ત્યારે જ મારા મનમાં આ વિચાર આવ્યો કે જ્યારે આપણે બાહ્ય દુનિયાને જોઈએ છીએ ત્યારે વાસ્તવમાં આપણે માત્ર તેનો તે નાનકડો હિસ્સો જોઈએ છીએ, જેમાં આપણી રસ-રુચિ હોય છે. આપણે જે દુનિયા જોઈએ છીએ, તે આખું બ્રહ્માંડ નથી બલકે તે સીમિત બ્રહ્માંડ છે, જેની આપણને પરવા હોય છે. જો કે આપણા મન માટે તે નાનકડી દુનિયા જ આખું બ્રહ્માંડ છે. આપણી વાસ્તવિકતા કોઈ અસીમ રીતે ફેલાયેલું બ્રહ્માંડ નથી બલકે તે નાનકડો હિસ્સો માત્ર છે, જેના પર આપણે ધ્યાન કેન્દ્રિત કરવાનો નિર્ણય લઈએ છીએ. આપણા મનના અસ્તિત્વથી જ વાસ્તવિકતાનું અસ્તિત્વ છે. મન વિના કોઈ બ્રહ્માંડ નહીં હોય.'

મેં આ વિશે જેટલું ચિંતન કર્યું, તેની અંતર્દૃષ્ટિ મને એટલી જ અર્થપૂર્ણ લાગવા માંડી. દુનિયાનું અસ્તિત્વ એટલા માટે છે કારણ કે આપણે તેના પ્રત્યે જાગરૂક છીએ. આપણે એવી વાસ્તવિકતામાં રહી શકતા નથી, જેનાથી આપણે અજાણ હોઈએ. આ દુનિયા પોતાના અસ્તિત્વ માટે આપણા મન પર નિર્ભર છે, બરાબર એવી જ રીતે જેમ આપણું મન દુનિયા પ્રત્યે જાગરૂક હોવા માટે તેના પર નિર્ભર છે. બીજા શબ્દોમાં કહીએ તો આપણા મનની જાગરૂકતાથી જ આ દુનિયા અસ્તિત્વમાં આવે છે. આપણું મન જે વસ્તુ પર ધ્યાન કેન્દ્રિત કરે છે, તે આપણી દુનિયા બની જાય છે. એ રીતે જોવામાં આવે તો આપણું મન આ દુનિયાના સંદર્ભમાં એટલું પણ મહત્ત્વહીન નથી લાગતું, બરાબર ને ?

આપણે દુનિયામાં થનારી દરેક વસ્તુને જાણી શકતા નથી અને જાણવા ઈચ્છતા પણ નથી. જો આપણે ખરેખર દરેક વસ્તુ જાણવા લાગ્યા તો માહિતીના અતિરેકથી પાગલ થઈ જઈશું. જો આપણે દુનિયાને પોતાના મનના ચશ્માથી જોઈએ – જેમ કે મારી એ ભિક્ષુણી દોસ્તે કર્યું – તો સહેલાઈથી એ નોંધી શકીએ છીએ કે આપણે શું શોધી રહ્યા છીએ કારણ કે આપણું મન તેના પર કેન્દ્રિત થઈ જશે. જો કે આપણે પોતાના મનની દૃષ્ટિએ જે દુનિયા જોઈએ છીએ, તે ખૂબ જ સીમિત હોય છે. તેથી જો આપણે મનને પ્રશિક્ષિત કરીએ અને વિવેકની સાથે એવો નિર્ણય લઈએ કે

આપણે પોતાનું ધ્યાન ક્યાં કેન્દ્રિત કરવાનું છે, તો પોતાની મનઃસ્થિતિને અનુરૂપ આપણે દુનિયાનો અનુભવ કરવામાં સક્ષમ થઈશું.

એક ભિક્ષુ અને કોલેજ પ્રોફેસર હોવાને નાતે, મારું ધ્યાન વિભિન્ન દિશાઓમાં જતું રહે છે. સપ્તાહના પાંચ દિવસ હું કોલેજમાં ભણાવું છું અને રિસર્ચનું કામ કરું છું. જ્યારે સપ્તાહના અંતે હું કેટલાક કલાકોની યાત્રા કરી પોતાની જવાબદારીઓ નિભાવવા મારા ગુરુના મંદિરમાં જઉં છું. જ્યારે કોલેજમાં રજા હોય છે ત્યારે મારી વ્યસ્તતા હજુ વધી જાય છે. મારે વરિષ્ઠ ભિક્ષુઓને મળવાનું હોય છે, અંગ્રેજી ન બોલનારા ભિક્ષુઓને માટે દુભાષિયાનું કામ કરવાનું હોય છે, ધાર્મિક શિક્ષણ આપવા માટે વિવિધ મંદિરોમાં જવાનું હોય છે અને કેટલોક સમય મારા ધ્યાન અભ્યાસ માટે પણ કાઢવાનો હોય છે. એ ઉપરાંત હું એકેડેમિક પેપર લખવા અને રિસર્ચ જેવું કામ પણ ચાલુ રાખું છું.

સાચું કહું તો ક્યારેક-ક્યારેક મને લાગે છે શું એક ઝેન ભિક્ષુએ ખરેખર આટલા વ્યસ્ત હોવું જોઈએ. પછી મને અહેસાસ થાય છે કે આ વમળ દુનિયામાં જ નહીં બલકે મારા મનમાં ઉઠે છે. દુનિયાએ ક્યારેય એ ફરિયાદ નથી કરી કે તે કેટલી વ્યસ્ત છે. જ્યારે હું આ જોવા માટે ગહનતાથી પોતાની અંદર ડોકિયું કરું છું કે હું આટલું વ્યસ્ત જીવન શા માટે જીવી રહ્યો છું ત્યારે મને અનુભૂતિ થાય છે કે વાસ્તવમાં વ્યસ્ત રહેવું અમુક હદ સુધી મને સારું લાગે છે. જો હું ખરેખર વિશ્રામ કરવા ઈચ્છું તો વિદ્યાર્થીને ભણાવવાના બધા જ આમંત્રણો મારે નકારવા પડે. પરંતુ હું આવી વિનંતીઓનો સ્વીકાર કરી લઉં છું કારણ કે મને એવા લોકોને મળવાનું ગમે છે, જે મારી પાસેથી પરામર્શન લેવા ઈચ્છે છે. મારી જેટલી સમજ છે, તેના દ્વારા હું તેમની મદદ કરું છું. બીજાને ખુશ જોવા એ મારા જીવનમાં આનંદનો એક ગહન સ્રોત છે.

એક પ્રસિદ્ધ બૌદ્ધ કહેવત છે કે બુદ્ધની નજરોમાં દરેક વ્યક્તિ બુદ્ધ હોય છે અને એક સુવરની નજરમાં દરેક વ્યક્તિ સુવર. આ કહેવતનો અર્થ વાસ્તવમાં એ છે કે દરેક વ્યક્તિ પોતાની મનઃસ્થિતિ પ્રમાણે જ દુનિયાનો અનુભવ કરે છે. જ્યારે તમારું મન આનંદિત અને કરુણામય હોય છે ત્યારે દુનિયા પણ એવી જ હોય છે. જ્યારે તમારું મન નકારાત્મક વિચારોથી ઘેરાયેલું હોય છે ત્યારે દુનિયા પણ નકારાત્મક જ દેખાય છે. જ્યારે પણ તમે બેહદ વ્યસ્ત હો અને દબાણમાં હો ત્યારે યાદ રાખો કે તમે શક્તિહીન

નથી. જ્યારે તમારું મન વિશ્રામની સ્થિતિમાં હોય છે અને શાંતિ અનુભવે છે ત્યારે સંસાર પણ શાંત લાગવા માંડે છે.

આપણે વિશ્વને માત્ર પોતાના મનના ઝરૂખેથી જ જાણીએ છીએ. જ્યારે આપણું મન અશાંત હોય છે ત્યારે વિશ્વ પણ અશાંત લાગે છે. અને જ્યારે મન શાંત હોય છે ત્યારે વિશ્વ પણ એવું જ શાંત હોય છે. વિશ્વને બદલવાનો પ્રયત્ન કરવા જેટલું જ મહત્ત્વપૂર્ણ છે પોતાના મનને જાણવું.

***

હું ખૂબ પ્રયત્ન કરીને મેટ્રોમાં પ્રવેશું છું. ચારેય તરફ લોકોની ભીડ છે. આ સંજોગોમાં હું કાં તો ચિડાઈ શકું છું અથવા એવો વિચાર કરી શકું છું કે ચાલો સારું છે, મારે રેલિંગ પકડવાની તો જરૂર પડતી નથી. એક જ સ્થિતિ અંગે દરેક વ્યક્તિ અલગ-અલગ પ્રતિક્રિયા આપે છે. જો આપણે આ વાત અંગે જરા ઝીણવટથી વિચાર કરીએ, તો સમજાય છે કે આપણે સ્થિતિના કારણે નહીં પરંતુ તે અંગેના પોતાના દૃષ્ટિકોણના કારણે હેરાન થઈએ છીએ.

સુનામી માત્ર પાણીને કારણે ડરામણી નથી હોતી પરંતુ એ વસ્તુઓને કારણે ડરામણી હોય છે જે પાણીની સાથે વહી આવીને આપણી સાથે અથડાઈ શકે છે. વંટોળ પણ માત્ર હવાને કારણે ભયાનક નથી હોતો પરંતુ એ વસ્તુઓને કારણે ભયાનક હોય છે, જે હવાના જોરે ઉખડીને આપણી તરફ ઊડીને આવે છે.

***

આપણે માત્ર એટલા માટે દુઃખી નથી થતા કે કશુંક ખરાબ થયું છે બલકે એટલા માટે દુઃખી થઈએ છીએ કે જે થયું, તેના વિશે આપણી અંદર ઘણા બધા વિચાર ધસમસતા હોય છે.

જ્યારે તમને કોઈ અણગમતી અનુભૂતિ થતી હોય ત્યારે તેને વળગી ન રહેશો પરંતુ તેને એકલી મૂકી દો જેથી તે પ્રવાહિત થઈ શકે. ભાવનાઓનો જુવાળ આપોઆપ જ ધીમો પડી જશે, બસ માત્ર તમે તેમાં અટકી રહીને તેને પોષણ ન આપશો.

કઢાઈમાં ભોજન ચોંટી ગયું હોય, તો માત્ર તેમાં થોડુંક પાણી નાખો અને રાહ જુઓ. થોડા સમય પછી ચોંટી ગયેલું ભોજન આપોઆપ જ કઢાઈથી છૂટું પડી જશે.

***

પોતાના ઘા ભરવા માટે સંઘર્ષ ન કરશો. માત્ર તમારા હૃદયને થોડો સમય આપો અને પ્રતીક્ષા કરો. જ્યારે તમારા ઘા ભરાવા માટે તૈયાર થશે, ત્યારે તે આપોઆપ જ ભરાઈ જશે.

***

જો આપણે સંતુષ્ટ કેવી રીતે રહેવું તે જાણતા હોઈએ, તો આપણે પોતાના અંતહીન પ્રયત્નોને ધીમા કરી શાંતિનું સ્વાગત કરી શકીએ છીએ. જો આપણે સંતુષ્ટ કેવી રીતે રહેવું તે જાણતા હોઈએ, તો આપણે પોતાની સાથે રહેલી વ્યક્તિની સાથે સમય વીતાવવાનો આનંદ ઉઠાવી શકીએ છીએ. જો આપણે સંતુષ્ટ કેવી રીતે રહેવું તે જાણતા હોઈએ, તો આપણે અતીતનો સ્વીકાર કરી, પોતાના માનસિક અને ભાવનાત્મક બોજથી મુક્ત થઈ શકીએ છીએ.

જો તમે ઘણા પ્રયત્નો કરવા છતાં પણ કોઈ ખરાબ સ્થિતિને બદલી નથી શકતા, તો તમારે એ સ્થિતિને જોવાનો પોતાનો દૃષ્ટિકોણ બદલી નાખવો જોઈએ. મૂળે

કશું જ સારું કે ખરાબ નથી હોતું. સારું અને ખરાબ હંમેશા સાપેક્ષ હોય છે. પોતાની સ્થિતિની સરખામણી કોઈ એવી વ્યક્તિ સાથે કરો, જેની સ્થિતિ તમારાથી પણ બદતર હોય. પછી તમને પોતાની સ્થિતિ એટલી ખરાબ નહીં લાગે.

***

જ્યારે તમે તણાવમાં હો ત્યારે પોતાના તણાવ પ્રત્યે જાગૃત રહો. જ્યારે તમે ચિડાઈ રહ્યા હો ત્યારે પોતાની ચીડ પ્રત્યે જાગૃત રહો. જ્યારે તમે ગુસ્સામાં હો ત્યારે ગુસ્સા પ્રત્યે જાગૃત રહો. જ્યારે તમે આ ભાવનાઓ પ્રત્યે જાગૃત રહો છો ત્યારે તેમાં ગૂંચવાઈ રહેતા નથી. જાગૃત રહેવાથી તમને તેને બહારથી જોવાની તક મળે છે. જાગૃતતા પણ ખુલ્લા આકાશની જેમ જ સ્વાભાવિક રીતે શુદ્ધ હોય છે. તણાવ, ચીડ અને ગુસ્સો આ આકાશમાં ગાઢ વાદળોની જેમ અસ્થાયી રીતે છવાઈ તો શકે છે, પરંતુ તેને ક્યારેય પ્રદૂષિત કરી શકતા નથી. નકારાત્મક ભાવનાઓ વાદળોની જેમ આવતી-જતી રહે છે, પરંતુ ખુલ્લુ આકાશ જેમનું તેમ રહે છે. જે રીતે શરીરમાં વિષયુક્ત પદાર્થ ધીમે-ધીમે ભેગા થતા રહે છે, જો એ જ રીતે આપણા મનમાં ગુસ્સો, નિરાશા કે દુઃખ જમા થાય છે, તો આપણે તેના વિશે કશું કરવું જોઈએ. વ્યાયામ કરો, પોતાના ગુરુ સાથે વાત કરો, પ્રેમપૂર્ણ કરુણાનું ધ્યાન કરો. જ્યારે આપણે આ બધા પ્રયત્નો કરવાનું શરૂ કરી દઈએ છીએ, ત્યારે વિષયુક્ત પદાર્થોનો પ્રભાવ ઓછો થવા લાગે છે.

***

શું સ્મૃતિઓ તમને પીડા આપે છે ? તો વર્તમાન ક્ષણમાં રહેવાનો મહાવરો કરો. પોતાનું ધ્યાન આ ક્ષણ તરફ વાળો. નોંધો કે જ્યારે તમે વર્તમાન પર ધ્યાન કેન્દ્રિત કરો છો, ત્યારે તમારા વિચાર વિલીન થવા માંડે છે. જેવા તમારા વિચાર શાંત થવા લાગે છે, એવી જ તમારી સ્મૃતિઓ પણ શાંત થવા લાગે છે. કારણ કે સ્મૃતિઓ પણ મૂળ રૂપે વિચાર જ છે.

આખા દિવસની મહેનત પછી સાંજે જ્યારે તમે ઓફિસમાંથી નીકળો છો, અને જો પોતાને આ પૂછો છો, 'શું મારે પોતાનું આખું જીવન આમ જ વીતાવવું પડશે ?' તો જરા નિમ્નલિખિત બાબતોને અજમાવી જુઓ – પછીની સવારે થોડા જલદી ઉઠો અને મૌનમાં બેસો, જાણે ધ્યાન કરી રહ્યા હો. ધીમા અને ઊંડા શ્વાસ લો અને પોતાને જ પૂછો કે તમારું કામ બીજા માટે કેવું સહાયક સિદ્ધ થઈ રહ્યું છે, પછી તે ભલે ગમે તેટલી મામૂલી કે પરોક્ષ રીતે હોય. આ રીતે જ્યારે તમે બીજા પર વધારે ધ્યાન કેન્દ્રિત કરશો, તો પોતાના કામના અર્થ અને ઉદ્દેશની સાથે ફરીથી જોડાઈ શકશો.

***

એક ખૂબ જ આધુનિક દુવિધા –

ટેલીવિઝન પર અગણિત ચેનલ ઉપલબ્ધ છે પરંતુ તેમાં એવું કશું આવતું નથી, જે ખરેખર રસપ્રદ હોય. ઘણા બધા વિકલ્પોની ઉપલબ્ધતા લોકોને નાખુશ કરે છે. શું તમે પોતાને ભ્રમિત અનુભવો છો કે કોઈ માનસિક દ્વંદ્વથી ઘેરાયેલા છો ? આખી રાત સારી, શાંત ઊંઘ લો. પછીની સવારે જ્યારે તમે ઉઠશો ત્યારે એ સમસ્યાનો ભાર ઓછો લાગશે. આ રીત ખરેખર ખૂબ કારગર છે.

***

પોતાના ઓશિકા પર માથું મૂકી જો તમે વધારે આરામથી સૂવા ઈચ્છો છો, તો એ લોકો વિશે વિચારો, જેના આપ આભારી છો અથવા એ સમય વિશે વિચારો જ્યારે તમે બીજાને મદદ કરી અને તમને સારી અનુભૂતિ થઈ. આનાથી તમને આનંદની અનુભૂતિ થશે અને તમે વધારે આરામથી સૂઈ શકશો.

***

જો હૃદયમાં પ્રેમ હોય, તો સામાન્ય બાબતો પણ પવિત્ર અને સુંદર લાગે છે. જો હૃદયમાં પ્રેમ હોય, તો આપણે અજાણ્યાઓ સાથે પણ વધારે સજ્જન અને કરુણામય વ્યવહાર કરીએ છીએ. જો હૃદયમાં પ્રેમ ન હોય, તો દુનિયા આપણને અર્થહીન અને ઉદ્દેશરહિત લાગે છે. જો હૃદયમાં પ્રેમ ન હોય, તો આપણે આપણા પરિવાર અને મિત્રો માટે પણ અજાણ્યા બની જઈએ છીએ.

***

જ્યારે આપણે બીજા પ્રત્યે મુક્ત વલણ રાખીએ છીએ, તો તેમની સામે અતિસંવેદનશીલ અને પ્રામાણિક બની રહેવાની હિંમત કરી શકીએ છીએ. જ્યારે આપણે બીજા પ્રત્યે સદભાવ રાખીએ છીએ, ત્યારે આપણી ઈચ્છા હોય છે કે આપણે ખુશ રહીએ અને જોડાયેલા રહીએ.

પોતાની આંખો બંધ કરો, એક ઊંડો શ્વાસ લો અને કહો, 'મારા મિત્રો અને મારા પરિચિતોને પ્રેમ મળે અને તે સુરક્ષિત રહે !' આ શબ્દો કહીને તમે પોતે પણ પ્રેમમય અને સુરક્ષિત હોવાની અનુભૂતિ કરશો.

જ્યારે આપણે સ્વયંની સાથે સહજ હોઈએ છીએ અને સ્વયંને પૂર્ણપણે સ્વીકારી લઈએ છીએ, તો બીજાને પણ મિલનસાર લાગવા માંડીએ છીએ અને આપણે જેવા હોઈએ છીએ, સ્વયંને એવા જ ગમીએ છીએ.

***

કાશ તમે મારા મૂળ સ્વરૂપને જોઈ શકતા. મારા શરીર અને લેબલ્સથી પર, કોમળતા અને અતિસંવેદનશીલતાની એક નદી વહે છે રૂઢિઓ અને ધારણાઓથી પર, મોકળાશ અને સચ્ચાઈની એક ઘાટી આવેલી છે. સ્મૃતિ અને

અહંકારથી પર, જાગરૂકતા અને કરુણાનો એક મહાસાગર છે.

જેમની પાસે આત્મ-વિવેક હોય છે, તે સંસારમાં લડતા નથી. તે તો ખૂબ સહજતા અને ચંચળતાથી એ સત્યને મૂર્ત રૂપ આપી દે છે, જેની સાથે તેમનું એકાત્મ હોય છે.

જ્યારે જીવનમાં નિરાશા આવે ત્યારે ક્ષણભર વિશ્રામ કરો

જ્યારે ભરોસો તૂટી જાય, જ્યારે આશાઓ ધરાશાયી થઈ જાય, જ્યારે તમારું કોઈ પ્રિય સ્વજન તમને છોડીને ચાલ્યું જાય ત્યારે બીજું કશું કરતા પહેલા, પોતાના જીવનને જરા વિરામ આપો અને ક્ષણભર વિશ્રામ કરો.

જો શક્ય હોય તો પોતાના નજીકના મિત્રો પાસે જાઓ. તેમની સાથે મળીને ખાઓ, પીઓ અને વિશ્વાસઘાત, નિરાશા અને દુઃખના તે પ્રસંગો વિશે વાત કરો, જેને તમે પોતાની અંદર દબાવી રાખ્યા હોય.

કોઈ મિત્રની સાથે અથવા પછી એકલા જ થિયેટરમાં જાઓ. સૌથી હળવી કોમેડી ફિલ્મ પસંદ કરો, ભલે તમે સામાન્ય રીતે કોમેડી ફિલ્મો ન જોતા હો અને તેને જોતા તમને પેટમાં દુઃખવા લાગે ત્યાં સુધી હસો. કોઈ બેફિકરા યુવાનની માફક થોડો સમય રડી લો, જાણે કોઈ તમને જોતું ન હોય.

એક એવું ગીત શોધો, જેની સાથે તમારા હૃદયના તાર જોડાઈ જાય. તેને વારંવાર વગાડો અને તેના બોલ (શબ્દો) વારંવાર ગણગણો, જાણે તમે આ બધા દુઃખી થયેલા લોકો માટે કરી રહ્યા હો.

જો આ બધું કરવા છતાં પણ કોઈ ફાયદો ન થાય તો રજાના દિવસોમાં કોઈ પ્રવાસે નીકળી જાઓ. કોઈ એવી જગ્યાએ જાઓ, જ્યાં જવાની વાત તમે હંમેશા કરતા હો – ગ્રાંડ કેન્યોન, કેમિનો ડી સેંટિયાગો, માચૂ પિચૂ વગેરે.

એકલા જ એવા પ્રવાસે નીકળી જાઓ, જ્યાં માત્ર તમે હો અને રસ્તો હોય.

એકલા સમય વીતાવ્યા પછી તમારા પવિત્ર સ્થળ પર જાઓ. પોતાની આંખો બંધ કરો અને મન શાંત કરો.

ભલે તમે આધ્યાત્મિક વ્યક્તિ ન હો, છતાં પણ કરુણામય હૃદયનું આવાહન કરો અને સ્વીકૃતિના આલિંગનને અનુભવો.

હું પણ નિરાશા અને દુઃખનો સામનો કરી ચૂક્યો છું. હું જાણું છું કે ક્યારેક તમે મારી જગ્યાએ હતા અને હું તમારી.

તેથી આજે, હું તમારા માટે પ્રાર્થના કરું છું.

પોતાની ખામીઓ છતાં પોતાની જાતને પ્રેમ કરો. જીવનના સંઘર્ષોનો સામનો કરતી વખતે શું તમે પોતાના માટે કોઈ કરુણાનો ભાવ અનુભવતા નથી ? તમે પોતાના મિત્રોની મદદ કરવા માટે ખૂબ ઉત્સુક રહો છો, પણ પોતાની જાત સાથે એટલું ખરાબ વર્તન કરો છો. ક્યારેક-ક્યારેક પોતાના હૃદય પર હાથ મૂકો અને કહો, 'હું તને પ્રેમ કરું છું.'

***

એક કાગળ પર તે બધું જ લખો, જેના કારણે તમે તણાવમાં રહો છો. એ બાબતોની એક યાદી બનાવો, જે તમારે કરવી જોઈએ પછી ભલે તે નાનામાં નાની બાબત પણ કેમ ન હોય, જેમ છોડને પાણી પીવડાવો, ઈ-મેઈલનો જવાબ આપો વગેરે. હવે તમારા બધા તણાવ તમારા મનથી દૂર, એક કાગળ પર ઉતરી ગયા છે તો આજે રાત્રે શાંત રહો. સ્વયંને કહો કે તમે આ યાદી પર કાલે ધ્યાન આપશો, સૌથી સહેલી બાબતથી શરૂ કરતા એક-એક કરીને તેમાં લખેલી દરેક બાબત પર ધ્યાન આપજો. બીજી સવારે જ્યારે તમે પોતાની આંખો ખોલશો, ત્યારે તમારું શરીર અને મન તેના માટે તૈયાર હશે. હું તમને તેની ખાતરી આપું છું.

***

ટીકાની સામે હાર ન માનશો. જે લોકો તમને જાણતા નથી, તે ગમે તે કહેતા રહે, તેમની વાતોને વણસાંભળી કરવાનું શીખી લો. જો તમારા ટીકાકાર છે, તો એનો અર્થ છે કે તમે જે કહી રહ્યા છો, તે લોકોનું ધ્યાન આકર્ષિત કરી રહ્યું છે. હિંમત રાખો અને પોતાના માર્ગ પર આગળ વધતા રહો.

***

જીવન આપણને આપણી ભૂલો દ્વારા શીખવે છે. જ્યારે પણ તમારાથી કોઈ ભૂલ થાય, તો બસ પોતાની જાતને પૂછો કે તમે આમાંથી શું શીખી શકો છો. તેને આપણે જેટલી વિનમ્રતા અને આભારની સાથે સ્વીકારીએ છીએ, એટલા જ શ્રેષ્ઠતર થતા જઈએ છીએ.

ખુશ રહેવા માટે જરૂરી નથી કે આપણે ખૂબ મહેનત કરીએ જેથી ક્યાંક અન્ય સ્થળે પહોંચી શકીએ. બલકે પોતાના જીવનમાં હાસ્ય શોધતા વર્તમાનમાં રહીને ક્ષણભર વિશ્રામ કરો. હાસ્યથી જીવન હળવું અને ધીરજથી ભરેલું રહે છે. અને હાસ્ય હંમેશા લોકોને મોકળાશ અને આનંદનો અનુભવ કરાવે છે.

***

હાસ્ય બંધ હૃદયના દરવાજા ખોલી નાખે છે. હાસ્ય આપણને વિચારોના વમળથી મુક્ત કરી શકે છે. જ્યારે આપણે હસીએ છીએ ત્યારે આપણને અનુભવ થાય છે કે આપણે એ બાબતોનો પણ સ્વીકાર કરી શકીએ છીએ, જેનો પહેલા સ્વીકાર કરી શકતા નહોતા. આપણે અનુભવીએ છીએ કે જેણે આપણી સાથે અન્યાય કર્યો છે, આપણે તેમને પણ માફ કરી શકીએ છીએ. હાસ્ય જીવનનો એક અનિવાર્ય ભાગ છે.

જ્યારે આપણે ખુશ હોઈએ છીએ, ત્યારે નવી બાબતો માટે આપણું હૃદય ખુલ્લું રહે છે. જ્યારે આપણો મૂડ ખરાબ હોય છે, ત્યારે આપણે નવી બાબતો માટે મુક્ત વલણ રાખી શકતા નથી, પછી ભલે તે બાબતો ગમે તેટલી અદભુત હોય. હૃદયમાં ખુશીનો ભાવ ન હોય, તો જીવનમાં આપણી પ્રગતિ ધીમી અને નીરસ રહે છે.

***

જે લોકો ચંચળતા અને નિશ્ચિંત ભાવથી કામ કરે છે, તે હંમેશા કુશળતા અને રચનાત્મકતા સાથે કામ પૂર્ણ કરે છે. જે લોકો અટક્યા વિના માત્ર તણાવની સાથે કામ કરે છે, તેમને પોતાના કામમાંથી કોઈ આનંદ નથી મળતો. જો તમે લાંબા સમય સુધી પોતાનું કામ કરવા ઈચ્છો છો, તો તેને માત્ર કામની જેમ ન લેશો બલકે આનંદ અને પ્રગતિના સ્રોત તરીકે જુઓ. ખુશી મેળવવા માટે માત્ર એક સારી નોકરી શોધવી જ પૂરતું નથી હોતું બલકે એ શીખવું પણ જરૂરી હોય છે કે તમને કામ કરવાનું કહેવામાં આવ્યું છે, તેનો આનંદ કેવી રીતે ઉઠાવવામાં આવે.

***

શું તમે ચિંતા અને હતાશા અનુભવો છો ? તો થોડા સમય સુધી કોઈ સૂતેલા બાળકનો ચહેરો જુઓ. થોડા જ સમયમાં તમને શાંતિની અનુભૂતિ થશે.

***

એક કુટુંબ પાનખરની ઋતુમાં ફરવા નીકળે છે. પિતા પોતાના પાંચ વર્ષના દીકરાને તેડી લે છે અને નાનું બાળક પોતાના પિતાને પ્રેમથી ચૂમી લે છે. મા ચહેરા પર હળવા હાસ્ય સાથે આ બધું જુએ છે જો આપણે સમય કાઢીને આપણી ચારેય તરફ નજર નાખીશું, તો જોઈશું કે આપણે પ્રેમભરી ક્ષણો જીવી રહ્યા છીએ.

શું તમે તમારા બાળકને ખુશ કરવા ઈચ્છશો ? તો આજે ઓફિસમાંથી થોડા વહેલા નીકળો. તમારા બાળકની શાળાની બહાર તેની રાહ જુઓ. રમતના મેદાનમાં એમ જ મસ્તી કરો. તેને નક્કી કરવા દો કે આજે ડિનર માટે તેને ક્યાં જવું છે. અને તેની સાથે વહાલભર્યો સમય વીતાવો. ઘરે પાછા ફરતી વખતે પરિવાર માટે આઈસક્રીમ ખરીદો. તમારા બાળકને આ દિવસ હંમેશા યાદ રહેશે.

***

તમારા બાળકો મોટા થઈ જાય તે પહેલાં પરિવારની સાથે જેટલી શક્ય હોય તેટલી યાત્રાઓ કરો. આમ તો આપણે દરેક દિવસ પોતાના પરિવારની સાથે જ વીતાવીએ છીએ પણ સાચા અર્થમાં આપણે એક-બીજા સાથે રહી શકતા નથી. કેટલાક દિવસો માટે વાતાવરણ બદલવા માત્રથી જ ખરેખર ચમત્કાર સર્જાઈ શકે છે, અને પરિવાર એક-બીજાની નજીક આવી શકે છે. પરિવારની સાથે કરેલી એક સારી યાત્રા વ્યક્તિને છૂટાછેડાથી પણ બચાવી શકે છે.

જે બાબત સંગીતને સુંદર બનાવે છે, તે છે એક મ્યુઝિકલ નોટથી બીજી નોટનું અંતર. જે બાબત કોઈ ભાષણને અર્થપૂર્ણ બનાવે છે, તે છે, શબ્દોની વચ્ચે યોગ્ય વિરામ આપવો. સમયાંતરે આપણે ક્ષણભર માટે થોભીને ધ્વનિઓની વચ્ચેના મૌન પર ધ્યાન આપવું જોઈએ.

***

જો તમારે કોઈ મહત્ત્વનો નિર્ણય લેવાનો હોય, તો તેના માટે પોતાની ઊંઘ હરામ ન કરશો. બસ 'સમય' નામની દવા લો અને જરા રાહ જુઓ. તમારું અવચેતન મન યોગ્ય જવાબ શોધવા માંડશે. બે કે ત્રણ દિવસ પછી, જ્યારે તમે નહાતા હશો, ઊંઘીને ઉઠ્યા હશો કે કોઈ મિત્ર સાથે વાત કરી રહ્યા હશો, તો અચાનક તમને તે જવાબ મળી જશે.

પોતાના અવચેતન મન પર ભરોસો રાખો અને પોતાને થોડો સમય આપો. જ્યારે પણ કશું ખોટું થાય છે ત્યારે આપણે પોતાની અંદર ડોકિયું કરીએ છીએ અને પોતાને દોષ આપીએ છીએ. પણ શું ખરેખર આપણી ભૂલ છે ? ઉદાહરણ તરીકે, જો હું અમેરિકી ગાયક જેમ્સ ટેલર હોત અને કોઈને ઈટાલિયન ઓપેરા ગાયક લુચિઆનો

પવારોતીની જરૂર હોત, તો સ્વાભાવિક છે કે તે મને પસંદ ન કરતો. પણ તેનો અર્થ એ તો નથી જ કે મારી સંગીત પ્રતિભા ઉતરતી કક્ષાની છે. તેનો અર્થ માત્ર એ છે કે તેને જે જોઈએ છે, તેની સાથે મારો મેળ નથી પડતો. તો પોતાનો આત્મવિશ્વાસ ટકાવી રાખો અને પોતાની જાતને દોષી ઠેરવવાનું અને પોતાની ટીકા કરવાનું બંધ કરો.

***

ભલે તમે રાત્રિભોજનમાં કોઈ સામાન્ય વાનગી જમી રહ્યા હો તેને પ્રેમથી સ્વયંને પોષિત કરવા માટે ખાઓ. શું પોતાના શરીરની સતત સંભાળ રાખવી એક કંટાળાજનક બાબત નથી ? તમે જે આકરી મહેનત કરી રહ્યા છો તેના માટે એકવાર પોતાની પીઠ થાબડો. અને પછી પોતાના શરીરને એક કલાક જલદી સૂઈ જવાની ભેટ આપો.

શું તમારા મનમાં કશુંક ચાલી રહ્યું છે ? તો પછી જાઓ અને થોડો સમય તડકામાં લટાર મારો. સૂર્યની ગરમીથી તમારા મગજમાં સેરોટોનિન નામના રસાયણનો સ્ત્રાવ થશે, જે તમારા મનને શાંત કરી દેશે. જો તમે ઉકેલ શોધવાના ઘણા વધારે પ્રયત્ન કર્યા વિના પોતાના મનને પ્રશ્ન પર સ્થિર રહેવા દો છો તો જવાબ આપોઆપ જ સામે આવી જશે.

***

જો તમે બીજા પાસેથી દિલાસો મેળવવાની આશા રાખો છો, તો તમારી આ જરૂરિયાત તમારી ઉપર બોજ બની શકે છે. લોકો તમારી વાત સાંભળે એવું જો તમને સતત જરૂરી લાગતું હોય, તો વાસ્તવમાં કોઈપણ વ્યક્તિ તમારી આ જરૂરિયાતને પૂર્ણ કરી તમને પૂર્ણતઃ સંતુષ્ટ કરી શકતી નથી. હંમેશા બીજા પાસેથી દિલાસો મેળવવાની આશા રાખવાને બદલે તમે પોતાના તરફથી બીજાને દિલાસો

આપો અને તેમની વાત સાંભળો. બીજાને મદદ કરવાની પ્રક્રિયાથી તમે પોતે પણ સારા થઈ જશો.

લૉટરીની ટિકિટ ખરીદવાને બદલે, પોતાને માટે અને પોતાના પરિવાર માટે થોડા ફૂલ ખરીદો અને તેને પોતાના બેઠક ખંડમાં ગોઠવો. પછી જ્યારે પણ તમે બેઠક ખંડમાંથી પસાર થશો, ત્યારે ભરપૂર સુંદરતાનો અનુભવ કરશો અને એક વિજેતા જેવી અનુભૂતિ કરશો.

***

શું તમે કોઈ બાબતે નિરાશ છો ? શું તમે કોઈ બાબતે દુઃખી છો ? આ જીવનની પાઠશાળા છે, જે તમને એક મહત્ત્વનો પાઠ શીખવવાનો પ્રયત્ન કરી રહી છે. જ્યારે તમે પોતાને તૈયાર અનુભવો ત્યારે સમય કાઢી આ પાઠને સમજો.

***

તમે હો કે ન હો, દુનિયા પોતાની ગતિએ ચાલતી રહેશે. તો એ વિચાર છોડી દો કે તમારી રીત જ એકમાત્ર રીત છે, એક આપ જ છો, જે કોઈ બાબતને સંભવ બનાવી શકો છો.

આપણે પોતાને જેટલા આભારી અનુભવીએ, એટલા વધારે ખુશ રહીએ છીએ. કારણ કે આભાર આપણને એ અનુભૂતિ કરાવવામાં મદદ કરે છે કે આપણે સૌ એકબીજા સાથે જોડાયેલા છીએ. જે વ્યક્તિ આભાર અનુભવે છે, તે પોતાને બધાથી અલગ અનુભવતી નથી. આભાર આપણને એકબીજા પ્રત્યે નિર્ભરતાની હકીકતનું ભાન કરાવે છે.

***

જો તમે ખરેખર બીજાની પરવા કરો છો, અને સફળતા મેળવવામાં બીજાની મદદ કરવાની રીતો શોધો છો, તો પછી તમારે પોતાના મૂડને વધારે સારો બનાવવા માટેની રીતો શોધવાની જરૂર અનુભવાશે નહીં. એક નિઃસ્વાર્થ અને કરુણાપૂર્ણ કાર્ય તમારો ઉત્સાહ અને તમારી નજરોમાં તમારું મૂલ્ય વધારી દેશે. જો તમારો દિવસ ખરાબ વીતી રહ્યો હોય, તો બીજા કોઈને મદદ કરવાની રીત શોધો. એક નાનકડી મદદ કરીને પણ તમને સંતોષનો અનુભવ થશે.

પ્રકરણ - 2

સજાગતા

પોતાની લાગણીઓ સાથે મિત્રતા કરી લો

જ્યારથી હું ફેસબુક અને ટ્વિટર પર સક્રિય થયો છું, લોકો મેસેજ મોકલીને મારી પાસેથી સલાહ માંગતા રહે છે. સૌથી વધારે પૂછવામાં આવતો પ્રશ્ન એ છે કે ગુસ્સો, ઘૃણા અને ઈર્ષા જેવી પ્રબળ નકારાત્મક લાગણીઓ સાથે કેવી રીતે કામ પાર પાડવું.

સારી બાબત એ છે કે આ પ્રશ્ન પૂછનારા પહેલેથી જ આ લાગણીઓ સાથે કેવી રીતે વર્તવું તેનો અડધો રસ્તો પસાર કરી ચૂક્યા છે. હકીકત એ છે કે તેમનો આ પ્રશ્ન પૂછવો એ જ દર્શાવે છે કે તે એટલા સજાગ છે કે પોતાના મનની નકારાત્મક અવસ્થા પર ધ્યાન આપી રહ્યા છે, જે ખરેખર ખૂબ જ અઘરું કામ છે. મોટાભાગના લોકો પોતાની લાગણીઓમાં જ લીન રહે છે અને તેમની આત્મ-જાગરૂકતા સીમિત જ હોય છે. જે લોકોએ મને આ પ્રશ્ન પૂછ્યો તે નકારાત્મક લાગણીઓના વમળમાં ઘેરાયેલા હતા. તેમણે ધ્યાન આપ્યું કે તેમના મનમાં શું ચાલી રહ્યું છે. પછી તેમણે પોતાને થોડા શાંત કર્યા અને એ પછી મને મેસેજ મોકલ્યો. જ્યારે લોકોને એવી અનુભૂતિ થાય છે કે કોઈ નકારાત્મક ભાવના તેમને ઘેરી લેવાની છે ત્યારે તેમની પહેલી પ્રેરણા તેને નિયંત્રિત કરવાની હોય છે જેથી તે તેનાથી અભિભૂત કે સંકટથી ઘેરાયેલા હોવાનું ન અનુભવે. શક્ય હોય તો તેઓ એ નકારાત્મક ભાવનાથી તાત્કાલિક છુટકારો મેળવવા ઈચ્છશે અથવા ક્યાંય ભાગીને તેનાથી દૂર જવા ઈચ્છશે પરંતુ તે તેને ઊંડાણથી સમજવાનું વિચારે એવું ખૂબ ઓછું થાય છે. કદાચ એટલે જ લોકો 'પોતાની ભાવનાઓ સાથે દોસ્તી કરવી'ના બદલે 'ગુસ્સાનું પ્રબંધન કરવું' કે 'ઘૃણા પર કાબૂ મેળવવો' જેવા વાક્યાંશોનો ઉપયોગ કરે છે.

એક પ્રબળ નકારાત્મક ભાવનાને તરત નિયંત્રિત કરવી મુશ્કેલ હોય છે, આપણે તેને નિયંત્રિત કરવાનો જેટલો પ્રયત્ન કરીએ છીએ, તે એટલી જ ઉત્તેજક થઈને વારંવાર ઉભરતી રહે છે અને જો આપણે તેને નિયંત્રિત કરી પણ લઈએ, તો પણ એ શક્યતા વધારે રહે છે કે આપણે તેને બસ દબાવી હોય અને તે પાછળથી ક્યારેક ફરી માથું ઊંચુ કરે.

માની લો કે એક પ્રબળ નકારાત્મક ભાવના એક્વેરિયમ (માછલીઘર) ના પાણીમાં તરતી ગંદકી જેવી છે. માછલીઓ તમને સ્પષ્ટ દેખાય એટલા માટે તમે આ ગંદકીને માછલીઘરના તળિયામાં બેસાડવા માટે તેમાં પોતાનો હાથ નાખીને ગંદકીને નીચેની તરફ દબાવવા નહીં ઈચ્છો. કારણ કે તમે આ ગંદકીને જેટલી દબાવશો, તે એટલી જ વધારે ઉપર આવતી જશે. બરાબર એવી જ રીતે બની શકે કે એક નકારાત્મક ભાવનાને નિયંત્રિત કરવા માટે તમે તેને દબાવવાનો પ્રયત્ન કરો. કમનસીબે, તમે તેને દબાવવાના જેટલા પ્રયત્ન કરશો, તે એટલી જ વધારે ઊભરીને વારંવાર આગળ આવશે.

તો પછી તમારે શું કરવું જોઈએ ? પોતાની નકારાત્મક ભાવનાઓને દબાવવાને બદલે તમે તેને વધારે સારી રીતે સમજીને તેનો સામનો કરવા માટે શું કરી શકો છો ? જવાબ બિલકુલ સીધો છે. તમારે માત્ર એટલું જ કરવાનું છે કે નકારાત્મક ભાવનાઓની અપરિષ્કૃત ઉર્જાને 'ગુસ્સો' કે 'ઘૃણા' જેવી ભાષાકીય ઓળખથી અલગ કરી દો અને પછી શાંત થઈને તેને ત્યાં સુધી સાક્ષી ભાવથી જુઓ, જ્યાં સુધી તે ઉર્જા કોઈ બીજી વસ્તુમાં રૂપાંતરિત ન થઈ જાય. અહીં મહત્ત્વપૂર્ણ એ છે કે તમારે 'ગુસ્સો', 'ઘૃણા' અને 'ઈર્ષા' જેવા શબ્દોથી આસક્ત થવાનું નથી બલકે આ લેબલ્સની પાછળની અપરિષ્કૃત ઉર્જાને સાક્ષીભાવથી જોવાની છે. જ્યાં સુધી લેબલ સ્થિર રહે છે, તેના પાછળની ઉર્જા સતત બદલાતી રહે છે. જો કે આ પરિવર્તન ઘણી સૂક્ષ્મતાથી થાય છે. જો તમે લેબલની અપરિષ્કૃત ઉર્જાના સંપર્કમાં આવો છો તો ટૂંક સમયમાં જ અનુભવશો કે નકારાત્મક ભાવના અસ્થાયી છે અને કોઈ પ્રયત્ન કર્યા વિના તેનું રૂપ બદલાઈ જાય છે. જે રીતે એક અરીસો કોઈ આકલન કે આલોચના વિના પોતાની સામે આવનારી દરેક વસ્તુના પ્રતિબિંબને જેવું હોય તેવું જ દર્શાવે છે, એ જ રીતે તમે પણ નકારાત્મક ભાવના (જેમ કે ગુસ્સો) ને માત્ર પ્રતિબિંબિત કરો અને તેને સાક્ષી ભાવથી જુઓ. પછી તમે જોશો કે ધીરે-ધીરે ગુસ્સાનું રૂપ બદલાઈ રહ્યું છે. કાં તો તેના મૂળમાં છુપાયેલી ભાવના પ્રગટ થઈ જશે અથવા પછી તે આપોઆપ જ વિલીન થઈ જશે. જો તેના મૂળમાં છુપાયેલી ભાવના પ્રગટ થાય છે તો તેની સાથે પણ એ જ કરવાનું છે, જે તમે ગુસ્સાની સાથે કર્યું એટલે કે તેને માત્ર સાક્ષી ભાવથી જ જોવાની છે.

જ્યારે તમે કોઈ વસ્તુને સમજવાનો પ્રયત્ન કરો છો ત્યારે પોતાની પૂર્વધારણાઓને બાજુએ રાખી ચૂપચાપ તેનું અવલોકન કરવું એ જ સૌથી

અસરકારક સિદ્ધ થાય છે જેથી તેનું એ પાસુ સામે આવી શકે, જેને સમજવું ખૂબ જરૂરી છે. પોતાની ભાવનાઓના ગંદા પાણીમાં ડૂબકી લગાવી તેના પર વિજય પ્રાપ્ત કરવાનો પ્રયત્ન કરવાને બદલે, તમારે તેનાથી બહાર રહી તેનું અવલોકન કરવું જોઈએ અને તેની ઉથલ-પાથલને શાંત થવા દેવાની તક આપી આપોઆપ જ રૂપાંતરિત થવા દેવું જોઈએ. એક આધ્યાત્મિક ગુરુ હોવાને નાતે જે.કૃષ્ણમૂર્તિએ કહ્યું હતું, 'આકલનરહિત શુદ્ધ ધ્યાન માનવીય બુદ્ધિનું પરમ રૂપ છે બલકે પ્રેમની અભિવ્યક્તિ પણ છે.' તો પોતાના મનમાં પ્રગટ થતી અને સતત બદલાતી ઉર્જાનું અવલોકન પૂર્ણ ધ્યાનથી અને પ્રેમથી કરો.

બની શકે કે કેટલાક લોકોને એવું લાગે કે 'આખરે અવલોકન કરવામાં એવી શું ખાસ વાત છે ? શું તેનો અર્થ વાસ્તવિકતાને વણજોઈ કરવી એવો નથી થતો ?' તેનો જવાબ બિલકુલ વિપરીત છે – તમે તેને વણજોઈ નથી કરી રહ્યા બલકે તેને સીધા શબ્દોમાં કહીએ તો ઘૂરી રહ્યા છો. આત્મ-જાગરૂકતાની ભાવનામાં ગૂંચવાયા વિના તમે એ તપાસો છો અને અનુભવો છો કે ત્યાં શું છે. જેમ-જેમ તમે તેમાં શ્રેષ્ઠતર થતા જશો, તમને અનુભવ થશે કે નકારાત્મક ભાવના કોઈ સ્થાયી વાસ્તવિકતા નથી. તે તમારી ઈચ્છાની પરવા કર્યા વિના તમારી ચેતનામાં સહજપણે ઉભરી આવે છે અને પછી પાછી ફરી જાય છે. એકવાર આ હકીકતથી અવગત થયા પછી તમે નરાકાત્મક ભાવનાઓથી પ્રભાવિત નથી થતા. પછી તમે તેને પોતાના સેલ્ફના નિર્ણાયક ભાગ તરીકે લેવાને બદલે એ ઉડતા વાદળોની જેમ જોવા લાગો છો, જે આકાશમાંથી પસાર થઈ રહ્યા છે. તો તમારી નરાકાત્મક ભાવનાઓ સાથે સંઘર્ષ ન કરશો. તેનું અવલોકન કરો અને તેની સાથે દોસ્તી કરી લો.

જો તમારી લાગણીઓને ઠેસ પહોંચી છે અને તમે તેનો બદલો લેવા ઈચ્છો છો, તો તમને પોતાની પીડા સિવાય બીજું કશું જ દેખાશે નહીં. પણ જો તમે શાંત થઈને અને ઊંડાણથી જોશો, તો તમને જણાશે કે જે વ્યક્તિએ તમને ઠેસ પહોંચાડી છે, તે પણ પીડા ભોગવી રહી છે.

***

આપણા હૃદયના અલગ-અલગ ખૂણામાં બે ભાડૂઆત રહે છે – એડોલ્ફ હિટલર અને મધર ટેરેસા. જ્યારે આપણે ભય અને અસુરક્ષાની લાગણીથી ઘેરાયેલા હોઈએ છીએ ત્યારે આપણને હિટલરના મૂળ ભાવોનો આભાસ થાય છે. જ્યારે આપણે પ્રેમના સંપર્કમાં આવીએ છીએ અને જોડાણ અનુભવીએ છીએ ત્યારે આપણને મધર ટેરેસાની કોમળ વાણીનો આભાસ થાય છે.

***

આપણે એ ફિલ્મો અને ટીવી સીરિઝમાં પોતાનો રસ ગુમાવી બેસીએ છીએ, જેના સારા પાત્ર હંમેશા સારા અને ખરાબ પાત્ર હંમેશા ખરાબ જ રહે છે. કારણ કે તે વાસ્તવિક્તા સાથે મેળ ખાતા નથી. કોઈપણ વ્યક્તિ હંમેશા સારી કે હંમેશા ખરાબ નથી હોતી. એવી કોઈ વ્યક્તિ શોધવી અશક્ય છે, જેને અતીતમાં, વર્તમાનમાં અને ભવિષ્યમાં માત્ર પ્રશંસા અને માત્ર આલોચના મળે.

-ધમ્મપદ

***

(ધમ્મપદ – ગિલ ફ્રન્સસલ, અનુવાદક, ધમ્મપદઃ અ ન્યૂ ટ્રાંસલેશન ઓફ ધ બુદ્ધિસ્ટ ક્લાસિક વિથ એનોટેશન (બોલ્ડરઃ શમ્ભાલા, 2011)

એક નૈતિક શુદ્ધતાવાદી, જે વાત-વાતમાં બીજાની ટીકા કરે છે, હંમેશા પોતાની ખામીઓ જોવામાં નિષ્ફળ રહે છે.

***

જ્યારે કોઈ વ્યક્તિ અન્ય વ્યક્તિની ટીકા કરે છે, ત્યારે તમને લાગી શકે છે કે તે એને જ લાયક છે. પણ જો તમે જરા વધારે બારીકાઈથી જોશો તો સમજાશે કે ટીકાકાર માત્ર એટલા માટે ફરિયાદ કરી રહ્યો છે, કારણ કે તેના મન જેવું નથી થયું. એટલે ખૂબ જલદી કોઈની વાતથી ભરમાશો નહીં.

જ્યારે તમે કોઈના પર હુમલો કરો છો, ત્યારે સામાન્ય રીતે એટલા માટે કારણ કે તમે ભયભીત હો છો.

***

તમારી કોઈ મિત્ર કોઈ એવી વ્યક્તિ વિશે ખરાબ બોલવા માંડે છે, જેને તમે જરાય પસંદ કરતા નથી, અને તમે તેની વાતો સાથે પૂર્ણપણે સહમત થઈ જાઓ છો. પણ પછી તમને લાગે છે, 'શું આ મારી પીઠ પાછળ મારા વિશે પણ ખરાબ બોલતી હશે ?' આ રીતે ગૉસિપ કરવાથી ભલે તમારા કાળજાને ઠંડક મળતી હોય પણ તેને ફેલાવામાં સમય નથી લાગતો અને તે તમારા માટે નકારાત્મક સાબિત થઈ શકે છે.

***

જો તમે મને પવિત્ર અને દયાળુ માનો છો, તો તેનું કારણ એ જ છે કે તમે સ્વયં પણ પવિત્ર અને દયાળુ છો.

***

જ્યારે તે લોકો તમારી પ્રશંસા કરે છે, જે તમને સારી રીતે જાણતા નથી તો વાસ્તવમાં તે પોતાના ભ્રમને જોઈ રહ્યા

હોય છે, નહીં કે તમારા સાચા સેલ્ફને. તેનાથી વિપરીત, જ્યારે આવા લોકો તમારી પ્રશંસા કરે છે, જે તમને સારી રીતે જાણે છે, તો આવું એટલા માટે કારણ કે કદાચ તમે પ્રશંસાને યોગ્ય છો.

કેટલાક લોકો પૂછે છે કે શું પોતાના અભિમાનને બાજુમાં મૂકી દેવાનો અર્થ હાર માની લેવી તેવો થાય છે? મને એવું નથી લાગતું. વિનમ્રતા તો આંતરિક શક્તિ અને વિવેકની નિશાની છે. પોતાનું અભિમાન બાજુમાં મૂકી દેવાથી સાચો સંવાદ શક્ય બને છે. પછી આપણે એક-બીજાની વાત સાંભળી આખરે પોતાની સમસ્યાઓને ઉકેલી શકીએ છીએ.

***

જ્યારે કોઈ વસ્તુ માટે કોઈ તમને 'ના' પાડી દે ત્યારે પોતાનું નિયંત્રણ ન ગુમાવશો અને ભાવનાત્મક પ્રતિક્રિયા ન આપશો. 'ના' તમારા માટે એક નવી અને આશ્ચર્યજનક દુનિયાના દરવાજા ખોલી શકે છે. 'ના' તમને પરોક્ષ રીતે સારા લોકો તરફ લઈ જઈ શકે છે. જો તમે એ 'ના' નો વિરોધ કરશો, જેને બદલી શકાય તેમ નથી તો આ પ્રક્રિયામાં તમને પીડા જ મળશે અને તમે અન્ય અવસરો પણ ચૂકી જશો.

***

તમારા બોસ તમને એક એવું કામ પકડાવી દે છે, જેનો તમારા વ્યવસાય સાથે કોઈ સંબંધ નથી. આ સ્થિતિમાં ચીડાવા કે નારાજ થવાને બદલે,

બસ તે કામ પૂર્ણ કરો અને પછી આ વાતને ભૂલી જાઓ. એક નાનકડી વાત અંગે અંતહીન રીતે વારંવાર વિચારીને તેના પર પોતાનો કીમતી સમય અને ઉર્જા વ્યર્થ ખર્ચી તેને પોતાની પીડાનો વિશાળ સ્રોત ન બનાવશો.

***

જો મારે મોટાભાગના લોકોના જીવનની સંપૂર્ણતાને સંક્ષેપમાં પ્રસ્તુત કરવાની થાય તો તે કંઈક આવી હશેઃ જે છે, તેનો અંતહીન વિરોધ. વિરોધ કરતી વખતે આપણે સતત ગતિમાં હોઈએ છીએ અને પોતાને સમાયોજિત કરવાના પ્રયત્નમાં રોકાયેલા હોઈએ છીએ અને તેમ છતાં 'જે છે' તેને માટે નાખુશ રહીએ છીએ.

જો મારે એક પ્રબુદ્ધ વ્યક્તિના જીવનની સંપૂર્ણતાને સંક્ષેપમાં પ્રસ્તુત કરવાની થાય તો તે કંઈક આવી હશેઃ જે છે, તેના માટે પૂર્ણ સ્વીકૃતિ. જે છે, જ્યારે આપણે તેને સ્વીકારી લઈએ છીએ, ત્યારે આપણું મન શાંત અને સહજ થઈ જાય છે અને આપણી ચારેય તરફની દુનિયા ઝડપથી બદલાઈ જાય છે. પોતાની આસપાસના લોકોને નિયંત્રિત કરવાના પ્રયત્ન ન કરો. જો તમે તમારા મનને જ નિયંત્રિત કરી શકતા નથી, તો તમને એવું કેમ લાગે છે કે તમે બીજાને નિયંત્રિત કરી શકો છો?

***

કેટલીક બાબતો એવી છે, જે મને બાળપણમાં ખૂબ જ ગમતી હતી. પણ હવે મને તેની જરાય પરવા નથીઃ

વિમાનની યાત્રા, હોરર ફિલ્મો, આખી રાત જાગવું અને એવું બુફે જ્યાં નક્કી કરેલી કિંમત ચૂકવીને ઈચ્છો તેટલું ખાઈ શકો. ઉંમરનો એક તબક્કો વટાવ્યા પછી હવે મને આ બાબતોમાં આનંદ આવે છેઃ મોજાર્ટ, બ્રાઉન રાઈસ, ધ્યાન, એકલા સમય વીતાવવો, નિયમિત વ્યાયામ કરવો. આપણે બદલાઈ જઈએ છીએ અને આપણને એ વાતની અનુભૂતિ પણ નથી થતી ત્યાં સુધી કે આ પરિવર્તનો અત્યારની આ ક્ષણમાં ચાલુ છે.

***

એ અંગે શોક ન કરો કે દુનિયા બદલાઈ ગઈ છે. એ વાતે બળાપો ન કાઢતા રહો કે લોકો બદલાઈ ગયા છે. અતીતની યાદોના આધારે કોઈ વ્યક્તિનું આકલન કરવું દુઃખ આપી શકે છે. તમને ગમે કે ન ગમે પરંતુ પરિવર્તન અપરિહાર્ય છે. તો તેનો સ્વીકાર કરો અને તેનું સ્વાગત કરો.

ભલે કોઈ બાબત હોય, વિચાર હોય કે ભાવના, જો તે ખાલીપણામાંથી ઉભરી આવી છે, તો થોડા જ સમયમાં તે પોતાનું રૂપ બદલી નાખશે અને એ જ ખાલીપણા તરફ પાછી ફરી જશે. શાશ્વત સત્યની શોધમાં લાગેલા સાધકોએ તેની અસ્થિર પ્રકૃતિથી પર જોવું પડશે અને 'તેના' પ્રત્યે જાગરૂક થવું પડશે, જે અસ્થિરતાથી પરિચિત છે.

***

ભિક્ષુઓ માટે તે ભિક્ષુ સૌથી પૂજનીય નથી હોતો, જે પરમ પવિત્ર પ્રતીત થતો હોય, સૌથી સારો ઉપદેશ આપતો હોય, સૌથી મોટું મંદિર ચલાવતો હોય, સૌથી સટીક ભવિષ્યવાણી કરતો હોય અથવા જેની પાસે બીમારીઓને દૂર કરવાની ક્ષમતા હોય.

તેમના માટે તો એ જ ભિક્ષુ પૂજનીય હોય છે, જે તેમને પોતાના કર્મો દ્વારા શિક્ષણ આપે છે. આવો ભિક્ષુ આત્મ-મહત્ત્વની આભામાં ડૂબેલો નથી હોતો અને સમુદાય માટે સૌથી પહેલા પોતાનો ત્યાગ કરે છે.

***

આધ્યાત્મિકતાનો અભ્યાસ માત્ર એકાંતમાં જ નહીં બલકે લોકોની વચ્ચે પણ કરવો જોઈએ. પોતાની આસપાસના લોકો સમક્ષ પોતાનું મન ખુલ્લું રાખો અને જોડાણ અનુભવો. આધ્યાત્મિક સાધનાનો આ જ પડકાર છે.

***

જો તમે ખરેખર પ્રબુદ્ધતા મેળવવા ઈચ્છો છો, તો એક નાના બાળક પાસેથી કે એ વ્યક્તિ પાસેથી ઘણું બધું શીખી શકો છો, જેણે ભરરસ્તે તમારું અપમાન કર્યું હોય. આખો સંસાર તમારો ગુરુ બની શકે છે.

***

તમને આધ્યાત્મિક જાગૃતિ તરફ લઈ જનાર તમારી પ્રશંસા નથી કરતો. તે તમારી સાથે જાણી જોઈને સારું વર્તન નથી કરતો. તમારી આધ્યાત્મિકતા એ લોકોને કારણે ગહન થાય છે, જે તમારું અપમાન કરે છે અને તમારા માટે મુશ્કેલીઓ ઊભી કરે છે. વાસ્તવમાં તે જ તમારા આધ્યાત્મિક ગુરુ છે.

કોઈ વ્યક્તિ ખરેખર પ્રબુદ્ધ છે, તે કેવી રીતે તપાસશો? તેની ભરપૂર પ્રશંસા અને ટીકા, બંને કરો. જો તે બંનેમાંથી કોઈ પ્રત્યે પણ સંવેદનશીલ થતી જણાય તો તેનો અર્થ છે કે તે પોતાનો પ્રબુદ્ધ સ્વભાવ ભૂલી ગઈ છે.

***

લંડનના હવામાનની જેમ આપણી લાગણીઓ પણ મનમોજી હોય છે. એક ક્ષણ, જ્યારે કોઈ આપણી ટીકા કરે છે, આપણે નારાજ અને ઉગ્ર થઈ જઈએ છીએ. બીજી ક્ષણે, જેવી કોઈ આપણી પ્રશંસા કરે છે, આપણે ગર્વ અનુભવીએ છીએ. જ્યાં સુધી આપણે પોતાની સતત બદલાતી જતી લાગણીઓ નીચે છુપાયેલા સ્થિર બિંદુને ઓળખી લેતા નથી, ત્યાં સુધી આપણને એવું લાગતું રહેશે કે આપણે લાગણીઓના ગુલામ છીએ.

એક ઉચ્ચસ્તરીય આધ્યાત્મિક સાધકનું વલણ કંઈક આવું હોય છે, તે એક વિશાળ સમુદાયમાં પણ પોતે સાવ એકલો

હોય તેમ રહે છે. અન્યોની બાબતોમાં પડવાને બદલે તે માત્ર પોતાને લગતી બાબતો પર જ ધ્યાન આપે છે. જ્યારે તે એકલો હોય ત્યારે જાણે એક વિશાળ સમુદાય વચ્ચે હોય તેવું વર્તન કરે છે. કોઈપણ જાતની આળસ વિના તે પોતાના વિધિ-વિધાનનું પાલન કરે છે.

***

એક મહાન આધ્યાત્મિક ગુરુ પોતાના શિષ્યોના પરિપક્વ થવાની પ્રતીક્ષા કરી શકે છે. તેમને પોતાની પ્રબુદ્ધતા સાબિત કરવા કે શેખી વધારવાની જરૂર લાગતી નથી. તે પોતાના શિષ્યો પર ક્યારેય પોતાનું શિક્ષણ થોપતા નથી અને ક્યારેક તેમને તેઓ માત્ર, તેનું જ અનુસરણ કરે, બીજાનું નહીં એવું કહેતા નથી. તે પોતાના શિષ્યોને તેમની રીતે જ રહેવા દે છે, જેથી તે સ્વયં આગળ પ્રગતિ કરી શકે.

જ્યારે એક ગહન અને સાચી વાતચીત દ્વારા આપણે કોઈની સાથે જોડાણ અનુભવીએ છીએ, ત્યારે આપણને ખૂબ આનંદની અનુભૂતિ થાય છે. પોતાની જાતને જેવી હોય તેવી સ્વીકારી, પોતાના પ્રબુદ્ધ સ્વભાવનો આભાસ કરી એવું જ ઊંડુ જોડાણ આપણે પોતાની સાથે પણ સાધી શકીએ છીએ. તે પણ અપાર આનંદ અને સ્વતંત્રતાનો સ્રોત છે.

જ્યારે તમે નિરાશ હો

'હૈમિન સુનિમ, હું નિરાશા અનુભવી રહ્યો છું. મારે શું કરવું જોઈએ ?'

નિરાશાની આ ભાવનાને બદલવાનો પ્રયત્ન કર્યા વિના માત્ર તેનું અવલોકન કરો. તે આપોઆપ જ બદલાઈ જશે.

જે રીતે તમે તમારા ઘરના પાછળના આંગણામાં વાવેલા વૃક્ષને જુઓ છો, જે રીતે તમે નદી કિનારે બેસીને પાણીના વહેણને જુઓ છો, બસ એ જ રીતે શાંતિથી પોતાની લાગણીઓને પણ જુઓ, જાણે તે તમારી અંદર નહીં, બલકે બહાર હોય. જો આ રીતે તમે માત્ર ત્રણ મિનિટ સુધી તમારી લાગણીઓનું અવલોકન કરશો તો તમે અનુભવશો કે તેની ઉર્જા અને બનાવટ ધીમે-ધીમે બદલાઈ રહી છે.

જે પરિસ્થિતિઓ પર તમારું કોઈ નિયંત્રણ નથી હોતું, મોટાભાગે તેમાંથી જ લાગણીઓ જન્મે છે. જે રીતે તમે ઋતુને અથવા પોતાના બોસના મૂડને નિયંત્રણમાં રાખી શકતા નથી એ જ રીતે તમે પોતાના શરીરમાં લાગણીઓને પણ નિયંત્રિત કરી શકતા નથી. આકાશમાંથી જે રીતે વાદળ પસાર થાય છે તે રીતે તે તમારા શરીરમાંથી પસાર થાય છે. વાદળોની જેમ લાગણીઓ પણ પોતાની જાતે જ ઉડી જાય છે.

પરંતુ જ્યારે તમે તેને ગંભીરતાથી લો છો અને તેનાથી એટલા પ્રભાવિત થઈ જાઓ છો કે તેને પોતાની ઓળખનો એક ભાગ બનાવી લો છો ત્યારે ફરી જ્યારે પણ તમે પોતાના અતીત વિશે કશું વિચારશો તો તે ફરીથી જીવિત થઈ ઉઠશે. યાદ રાખો કે તમારું અસ્તિત્વ તમારી લાગણીઓ સુધી કે તમારી સાથે જોડાયેલી એ કથા સુધી સીમિત નથી, જે તમારું મન એ ભાવનાઓને સમજવા માટે તમને સંભળાવે છે. તમે તો તે વ્યાપક મૌન છો, જે તેના ઉદભવ અને તેના લુપ્ત થવા વિશે જાણે છે.

જ્યારે મન બહારની તરફ જુએ છે ત્યારે દુનિયાની તીવ્ર હવાથી પ્રભાવિત થવા માંડે છે. પછી જ્યારે તે અંદરની તરફ ડોકિયું કરે છે ત્યારે આપણે પોતાનું કેન્દ્ર શોધી લઈએ છીએ અને મૌનમાં વિશ્રામ કરીએ છીએ.

***

લોકો પૂછે છે – 'ધ્યાન કરતી વખતે હું મારા મનને શાંત કેવી રીતે રાખું ?' હું તે માટે જેટલો વધારે પ્રયત્ન કરું છું, મારા મનમાં એટલા જ વધારે વિચાર ઉદભવે છે.' આ ખૂબ જ સ્વાભાવિક છે –

કારણ કે મનને શાંત કરવાનો પ્રયત્ન પણ એક વિચાર જ છે. પોતાના વિચારોથી છૂટકારો મેળવવાનો પ્રયત્ન ન કરશો – આ પ્રયત્ન સફળ નહીં થાય. બલકે વિચારના ઉદભવને સાક્ષીભાવથી જુઓ. આ રીતે વિચારના લુપ્ત થવાને પણ સાક્ષીભાવથી જુઓ. જેવા તમે આ વિશે જાગરૂક થઈ જાઓ છો, મન સહજ અને શાંત થઈ જાય છે. આપણને પોતાની સાથે બહારની બાબતો વિશે વાત કરવાનું ગમે છે, કારણ કે આપણા મનનો ઝુકાવ બહારની દુનિયા તરફ હોય છે. આનાથી વિપરીત આધ્યાત્મિક સાધક અંદરની તરફ ડોકિયું કરે છે. તે બહારના મુદ્દાઓ પર વાતો કરવાનું બંધ કરી દે છે અને મનની સાથે અંતરંગ થવા માટે સ્વયંને પ્રશિક્ષિત કરે છે.

***

આપણા મોંમાંથી દરરોજ જે શબ્દ નીકળે છે, તેમાંથી કેટલા શબ્દ ખરેખર આપણા હોય છે અને કેટલા બીજા પાસેથી ઉધાર લીધેલા હોય છે ? આપણે કેટલી વાર એવી વાતો કરીએ છીએ જે ખરેખર મૌલિક હોય ? આપણા પોતાના શબ્દો જેવી કોઈ બાબત ખરેખર હોય છે કે નહીં ?

આપણા સૌની અંદર એક આંતરિક સાક્ષી હોય છે જે ચૂપચાપ એ દરેક બાબતનું અવલોકન કરે છે જે આપણી અંદર કે બહાર ચાલતી હોય છે ત્યાં સુધી કે જ્યારે દુનિયા લાગણીઓનું તોફાન ઊભું કરે છે ત્યારે પણ મૌન અને વિવેકથી જન્મેલો આ સાક્ષી કોઈપણ પ્રકારના નુકસાન વિના એ તોફાનને શાંતિથી બેસીને જુએ છે અને પ્રકાશવાન તથા સર્વજ્ઞ બની રહે છે.

***

જો તમે તમારા મનમાં ઉભરતા વિચારરૂપી વાદળોને વિખેરવા ઈચ્છો છો, તો માત્ર પોતાના મનને વર્તમાનમાં રાખો. વિચારોના વાદળ માત્ર અતીત કે ભવિષ્યમાં જ મંડરાય છે. મનને વર્તમાનમાં લાવો અને તમારા વિચાર શાંત થઈને વિશ્રામની સ્થિતિમાં આવી જશે. 'આ ખૂબ ભયાનક છે! આ ખૂબ ભયાનક છે!'

એ વાતનું પુનરાવર્તન કરવાને બદલે એ ભયાનક લાગણીની આંખોમાં આંખ નાખીને તેને એકીટશે જોયા કરો, ચૂપચાપ.

લાગણીને તપાસો. શું તમે તેની અસ્થાયી પ્રકૃતિને જોઈ શકો છો? જ્યારે લાગણી વિલીન થવા ઈચ્છે તો તેને વિલીન થવા દો.

***

આ બ્રહ્માંડમાં બધું જ ક્ષણભંગુર છે. જો કે બધું ક્ષણભંગુર છે, તેથી અણમોલ પણ છે. તો આ અણમોલ ક્ષણને પૂર્ણ સુંદરતા અને વિવેક સાથે વીતાવો.

***

મનમાં એક સાથે બે વિચાર ન હોઈ શકે. એકવાર જરા જુઓ કે શું તમે બે વિચારોને એક સાથે બરાબર એ જ ક્ષણે વિચારી શકો છો? શું આ શક્ય છે?

આપણે ક્યારથી ગુસ્સામાં છીએ એ સમજ્યા વિના આપણે લાંબા સમય સુધી ગુસ્સામાં રહી શકીએ છીએ. બરાબર એ જ રીતે આપણે વિચારોમાં પણ ખોવાઈ જઈએ છીએ, આપણે વિચાર કરતા હતા એ સમજ્યા વિના.

જ્યાં સુધી આપણે જાગતા હોઈએ છીએ, ત્યારે આપણે એ લોકોથી અલગ નથી હોતા, જે ઊંઘમાં ચાલે છે. આપણે અજાણતા ઘણી બધી બાબતો, કોઈપણ પ્રકારની જાગરૂકતા વિના કર્યા કરીએ છીએ. તેથી આપણી આંખો ખુલ્લી હોવાનો અર્થ એ નથી કે આપણે જાગૃત છીએ.

***

જાગૃત હોવાનો અર્થ એ છે કે તમે જાણતા હો કે તમારી જાગરૂકતામાં શું થઈ રહ્યું છે. આંખો પર પટ્ટી બાંધીને પોતાના વિચારો અને લાગણીઓનું અનુકરણ કરવાને બદલે જાગૃત રહો અને મોડું થઈ જાય તે પહેલા, પોતાની મનઃસ્થિતિને ઓળખો.

ભોજનના સમયે જ્યાં સુધી આપણે જમીને ઊભા ન થઈ જઈએ, ત્યાં સુધી સામાન્ય રીતે આપણને એ વાતની અનુભૂતિ નથી થતી કે આપણે કેટલું ખાઈ લીધું છે. દરેક ક્ષણે સજાગ રહેવાનું નામ જ આધ્યાત્મિક સાધના છે. જો તમે એ ક્ષણમાં આ વાત પ્રત્યે જાગરૂક છો કે તમારું પેટ ભરાતું જઈ રહ્યું છે, તો તેનો અર્થ એ છે કે તમે આધ્યાત્મિક રીતે ઉન્નત છો.

***

આપણું ચેતન મન હંમેશા એ વાતથી પરિચિત નથી હોતું કે આપણું અવચેતન મન શું ઈચ્છે છે. આપણને લાગે છે કે આપણે ફલાણી વસ્તુ જોઈએ, પણ જ્યારે તે વસ્તુ મળી જાય છે, ત્યારે આપણને અનુભૂતિ થાય છે કે આપણે તો બીજું જ કશું ઈચ્છતા હતા. જ્યારે પણ તમે પોતાના અવચેતન મનનો અવાજ

સાંભળવા ઈચ્છો, તો ધ્યાન કરો. ધ્યાન તમારા અવચેતન મનની તરફ જનારા ગુપ્ત માર્ગને ખોલી નાખે છે.

***

બની શકે કે આપણું ચેતન મન ધન, શક્તિ અને પ્રતિષ્ઠાની કામના કરતું હોય પણ આપણું અવચેતન મન નિઃસ્વાર્થ પ્રેમ, સદભાવ, હાસ્ય, સૌંદર્ય, પવિત્રતા, શાંતિ અને સ્વીકૃતિ ઈચ્છે છે. જ્યારે આપણે મૌનને સાંભળીએ છીએ ત્યારે સૂક્ષ્મ કંપનોને પણ સાંભળી શકીએ છીએ. આ કંપનોને સાંભળતી વખતે એક સીધો પ્રશ્ન પૂછો – શ્રોતા કોણ છે ? વાસ્તવમાં કોઈ શ્રોતા છે જ નહીં. માત્ર શ્રવણ (સાંભળવું) છે.

***

'જ્યારે હું પાણી જોઉં છું ત્યારે પાણી જ બની જાઉં છું. જ્યારે હું કોઈ ફૂલને જોઉં છું ત્યારે સ્વયં પણ ફૂલ બની જાઉં છું. પાણી પર સવાર થઈને તરતું ફૂલ, હુર્રે ' -ઝેન માસ્ટર સે-ઓન્ગ (1912-2003)

જ્યારે આપણું શરીર તંદુરસ્ત અને સ્વસ્થ હોય છે, તો આપણે હવાની જેમ હળવાશ અનુભવીએ છીએ. પરંતુ હળવાશ અનુભવવાનો અર્થ એ નથી કે આપણું શરીર ઉપસ્થિત નથી. આપણી ફિટનેસ સહજ અને સ્વાભાવિક લાગે, તેના માટે ખૂબ મહેનત કરવી પડે છે. પરંતુ ફિટનેસના સહજ લાગવાનો અર્થ એ નથી કે તેને પામવા માટે કોઈ પ્રયત્ન નથી કરવો પડ્યો.

આપણે જેને પોતાનો 'આત્મા' કે 'પ્રબુદ્ધ પ્રકૃતિ' કહીએ છીએ, તેનું અસ્તિત્વ હવા જેવું હોય છે. એટલું હળવું અને સ્વાભાવિક કે આપણને ત્યાં સુધી તેનું ભાન નથી હોતું, જ્યાં સુધી આપણે તેના પ્રત્યે સજાગ રહેવા માટે, સ્વયંને પ્રશિક્ષિત ન કરીએ.

ઘણા સમય પહેલા, માત્ર એક જ મન રહેતું, જે લાંબા સમય સુધી એકલું રહીને કંટાળી ગયું. તો તેણે પોતાને બે ભાગમાં વહેંચવાનો નિર્ણય લીધો. પણ જો કે બંને ભાગને ખબર હતી કે તે મૂળે એક જ છે, તેથી એક-બીજાની સાથે રમવું એટલું મજેદાર નહોતું – તે એવું જ હતું, જેમ એકલા શતરંજ રમતી વખતે બંને પક્ષો તરફથી ચાલ ચાલવી. તેથી બંને મન એ ભૂલવા માટે તૈયાર થઈ ગયા કે તે ક્યાંથી આવ્યા છે, તે એક-બીજાથી પરિચિત ન હોવાનું નાટક કરવા લાગ્યા. જેમ-જેમ સમય વીતતો ગયો, તે એ પણ ભૂલી ગયા કે તેમની વચ્ચે એવી કોઈ સમજૂતી થઈ હતી. તે ભૂલી ગયા હતા કે બંને વાસ્તવમાં એક જ હતા.

આપણા અસ્તિત્વની પણ આ જ સ્થિતિ છે. આપણે ભૂલી ગયા છીએ કે મૂળે આપણે એક જ મનમાંથી નીકળ્યા છીએ.

જ્યારે એક પ્રબુદ્ધ વ્યક્તિ તું અને હું ના દ્વૈતવાદને પાર કરી જાય છે, ત્યારે તે જીવનને એક લાંબા નાટકની જેમ જોવા લાગે છે. તેથી તે મજાકભર્યું અને હલકા-ફુલકા સ્વભાવવાળું બની રહે છે. તે પોતાની ભૂમિકા નિભાવે છે, પણ એ વાત તે ક્યારેય નથી ભૂલતું કે આ માત્ર એક પ્રદર્શન છે.

***

જીવન એક રંગમંચ જેવું હોય છે. જેમાં તમને એક ભૂમિકા સોંપવામાં આવી છે. જો તમને પોતાની ભૂમિકા પસંદ નથી, તો ધ્યાન રાખો કે તમારી પાસે પોતાની મનવાંછિત ભૂમિકા ફરીથી ઊભી કરવાની શક્તિ છે.

પ્રકરણ - 3

ઝનૂન

પોતાના ઉત્સાહને અંકુશમાં રાખો

હું પોતાને હંમેશા એક વિદ્યાર્થી જ માનતો હતો, પરંતુ ટૂંક સમયમાં જ મારા નામની આગળ 'પીએચડી' શબ્દ જોડાઈ ગયો અને હું મેસાચ્યુસેટ્સની એક નાનકડી કોલેજમાં પ્રોફેસર બની ગયો. મને હજુ પણ યાદ છે, પહેલી વાર પોતાના વિદ્યાર્થીઓને મળતા પહેલા મારા હૃદયના ધબકારા કેટલા વધી ગયા હતા. હું બ્લાઈંડ ડેટ પર જનાર કોઈ કિશોરની જેમ ઉત્સુકતાથી છલકાતો હતો. જે શિક્ષકો પાસેથી મેં શિક્ષણ મેળવ્યું હતું તે શિક્ષકો વિશે હું વિચારી રહ્યો હતો અને આશા રાખતો હતો કે હું પણ તેમના જેવી પ્રામાણિકતા અને કૌશલ્યો ધરાવતો શિક્ષક બની શકીશ.

કોલેજમાં પહેલા સેમેસ્ટરમાં હું જે બે અભ્યાસક્રમ ભણતો હતો, તેમાંથી એકનો વિષય હતો 'બૌદ્ધ ધ્યાનનો પરિચય.' એક વિદ્યાર્થી તરીકે મારા માટે આ સૌથી પ્રેરક વિષય હતો. હું મારા આ વર્ગને માત્ર થિયરી સુધી સીમિત રાખવા માંગતો નહોતો, હું ઈચ્છતો હતો કે મારા વિદ્યાર્થીઓને પોતાને બૌદ્ધ ધ્યાનનો અનુભવ કરવાની તક મળે. મને આશા હતી કે ભવિષ્યમાં – ત્યાં સુધી કે કોલેજમાંથી સ્નાતક થયા પછી પણ – જ્યારે તેમને પોતાના જીવનમાં મુશ્કેલીઓનો સામનો કરવો પડશે ત્યારે તે ધ્યાનની મદદ લેશે. મેં વિચાર્યું, મારા તરફથી વિદ્યાર્થીઓ માટે સૌથી સારી ભેટ એ જ હશે કે પોતાના મનનું નિષ્પક્ષ અવલોકન કરવાની ક્ષમતા વિકસિત કરવામાં હું તેમને મદદ કરું જેથી તે સતત બદલાતા વિચારો અને લાગણીમાં અટવાઈ ન જાય.

મને આજે પણ મારો પહેલો લેક્ચર એટલી તીવ્રતા સાથે યાદ છે, જાણે તે ગઈકાલે જ બનેલી વાત હોય. વર્ગમાં જતા પહેલાં હું એ વાત માટે ચિંતિત હતો કે હું વિદ્યાર્થીઓની સામે શું બોલીશ અને કેવી રીતે બોલીશ, પરંતુ આખરે મેં પૂરા જુસ્સા સાથે એક દુર્લભ વિષય પર વાત કરી, જેને બૌદ્ધ ધર્મમાં 'કાર્મિક નિકટતા' કહે છે. મેં વિદ્યાર્થીઓને જણાવ્યું કે બૌદ્ધ શિક્ષણો અનુસાર આજે આ વર્ગમાં આપણું એકઠા થવું એ કોઈ

સંયોગ નથી પરંતુ પાછલા અગણિત જન્મોમાં એક-બીજા સાથે થયેલી મુલાકાતોનું પરિણામ છે. મેં તેમને એ પણ જણાવ્યું કે એક-બીજા સાથે આપણે આ રીતે સમય વીતાવતો એક ઘણી દુર્લભ અને અણમોલ ઘટના છે તેથી આ સેમેસ્ટરને ખૂબ ઉત્પાદક બનાવવું એ જ આપણું લક્ષ્ય હોવું જોઈએ. જો કે કોલેજમાં ઘણા બધા વિદ્યાર્થીઓનું આ પહેલું વર્ષ હતું એટલે તેમનામાં એક પ્રામાણિકતા હતી અને તેમને કોલેજ પાસેથી ઘણી આશાઓ છે તેવું જણાતું હતું. આ વર્ગમાં માત્ર પચ્ચીસ વિદ્યાર્થી હતા એટલે એ દરેક વિદ્યાર્થીના નામ યાદ રાખવા મારા માટે મુશ્કેલ નહોતું. સાથે જ મેં એક-એક કરીને દરેક વિદ્યાર્થીની સાથે થોડો સમય વાતચીત પણ કરી. મને જાણવા મળ્યું કે તે આ વર્ગમાં શા માટે આવે છે અને અહીં શું શીખવાની આશા રાખે છે. મને તે બધા ખૂબ ગમ્યા અને મેં પોતે તેમને વચન આપ્યું કે હું મારો પૂર્ણ સમય અને ઉર્જા તેમને શિક્ષણ આપવામાં વીતાવીશ.

જેવો વર્ગ શરૂ થયો, મારો ઉત્સાહ સ્પષ્ટ જણાવા લાગ્યો. મેં મારા વિદ્યાર્થીઓને અન્ય પ્રોફેસર્સની સરખામણીએ થોડું વધારે જ હોમવર્ક આપ્યું અને મારી એ ઈચ્છા હજુ વધારે બળવત્તર થઈ ગઈ કે હું તેમને બની શકે તેટલું વધારે ભણાવી શકું. જ્યારે એ બધાએ પોતાનું અસાઈનમેન્ટ પૂર્ણ કરી મને આપ્યું ત્યારે મેં શક્ય તેટલી ઝડપથી અને પૂર્ણ સાવધાનીથી તેમને ગ્રેડ્સ આપ્યા. આ ઉપરાંત મેં તેમને રોજ ધ્યાનનો અભ્યાસ કરવાનું અને એક ડાયરીમાં પોતાના અનુભવો નોંધવાનું પણ કહ્યું. અન્ય પ્રોફેસર ટર્મના અંતમાં વિદ્યાર્થીઓને ડિનર પર લઈ જતા, ત્યાં હું તેમને ઘણીવાર એક સ્થાનિક બૌદ્ધ મઠમાં પિકનિક પર લઈ ગયો. સાથે જ એકવાર મેં તેમને એક પ્રતિષ્ઠિત અમેરિકન વિપશ્યના ધ્યાન ગુરુનું ભાષણ સાંભળવા માટે સ્થાનિક ચર્ચમાં પણ બોલાવ્યા.

જેમ-જેમ સેમેસ્ટર આગળ વધ્યું, મને એવી અનુભૂતિ થવા માંડી કે મારો આ ઉત્સાહ કેટલીક મુશ્કેલીઓ ઊભી કરી રહ્યો છે. મને લાગ્યું હતું કે જો હું પોતાના તરફથી વિદ્યાર્થીઓને શિક્ષણ આપવાનો પૂર્ણ પ્રયત્ન કરીશ તો તે પણ એ દિશામાં આગળ વધવાનો પ્રયત્ન કરશે. મોટાભાગના વિદ્યાર્થીએ એ વાત માટે આભારી હતા કે હું તેમને વિવિધ બાબતોનો અનુભવ કરવાની તક આપતો હતો, પણ કેટલાક વિદ્યાર્થી એવા પણ હતા જે આનાથી થોડા થાકી ગયા હતા અને પોતાનો રસ ગુમાવી રહ્યા હતા. તે પોતાનું અસાઈનમેન્ટ પૂર્ણ કર્યા વિના જ વર્ગમાં આવવા માંડ્યા. કેટલાક

તો એવા હતા જે કશું જ વાંચ્યા વિના ચાલ્યા આવતા હતા. કેટલાક વિદ્યાર્થીઓએ તો નફ્ફટાઈ દેખાડતા જાહેરાત જ કરી દીધી કે બૌદ્ધ મઠ કે સ્થાનિક ચર્ચમાં જવું તેમના અભ્યાસનો ભાગ નથી એટલે તેમના માટે ત્યાં જવું ફરજિયાત ન હોવું જોઈએ. હું આ ઘટનાઓથી નિરાશા અને પીડા અનુભવવા લાગ્યો. હું એવી અનુભૂતિ કરવાથી પોતાની જાતને અટકાવી શકતો નહોતો. હું તેમના માટે એ બધું જ કરી રહ્યો હતો, જે મારા વશમાં હતું, છતાં પણ તે તેનો અસ્વીકાર કરી રહ્યા હતા, જે તેમના ગુરુ હોવાના નાતે હું તેમને આપી રહ્યો હતો.

મેં મારી નિરાશાની લાગણીને તપાસી. જ્યારે મેં સ્થિતિને વધારે સ્પષ્ટતાથી જોઈ, ત્યારે મને અનુભવ થયો કે હું તેમની સાથે સાવ મૂર્ખ જેવું વર્તન કરી રહ્યો હતો. આ એ વિદ્યાર્થીઓનો ચારમાંથી માત્ર એક વર્ગ હતો. જે રીતે મારા માટે આ વિષય મહત્ત્વનો હતો, એવી જ રીતે તેમના માટે અન્ય અભ્યાસક્રમ પણ મહત્ત્વના હતા. આ સ્થિતિમાં એ સ્વાભાવિક જ હતું કે તે પોતાનો બધો જ સમય મારા અભ્યાસક્રમ પાછળ આપી ન શકે. પણ મેં અત્યાર સુધી આ વાત પર સ્પષ્ટ રીતે ધ્યાન આપ્યું જ નહોતું અને તેમને શિક્ષણ આપવાની પોતાની ઈચ્છામાં જ અટકીને રહી ગયો હતો.

દવા ગમે તેટલી અસરકારક કેમ ન હોય, જો તમે કોઈને જબરદસ્તી તેનું સેવન કરવાનું કહેશો, તો તે ઝેર જેવી પણ લાગી શકે છે. મારી શિક્ષણ આપવાની શૈલી કેટલાક વિદ્યાર્થીઓ માટે ઝેરીલી થતી જઈ રહી હતી. આ વાતની અનુભૂતિ થતાં જ મેં શિક્ષણ આપવાના મારા ઝનૂન અને વિદ્યાર્થીઓની શીખવાની ક્ષમતા વચ્ચે યોગ્ય સંતુલન સ્થાપિત કરવા માટે સેમેસ્ટરની વચ્ચે જ પોતાના વર્ગમાં કેટલાક જરૂરી પરિવર્તન કર્યા. આનાથી જે ફેર પડ્યો તે વિદ્યાર્થીઓને તાત્કાલિક દેખાયો અને તે સકારાત્મક પ્રતિક્રિયા આપવા લાગ્યા, જે મારા માટે કોઈ સુખદ આશ્ચર્યથી ઓછું નહોતું. મેં તેમના પર પોતાના અતિ-ઉત્સાહનો બોજ ન નાખ્યો. ધીમે-ધીમે મારા વર્ગમાં તેમની રસ-રુચિ ફરીથી વધી ગઈ અને તે પણ પોતાની શરતોએ. આનાથી મને એક એવી વાતનો અનુભવ થયો, જેની જાણ મને શરૂઆતથી જ હોવી જોઈતી હતી.

જ્યારે આપણને કોઈ કામ પહેલી વાર આપવામાં આવે છે, વિશેષ કરીને એવું કામ, જે મેળવવા માટે આપણે લાંબા સમયથી પ્રયત્ન કરી

રહ્યા હોઈએ તો એમાં જરૂર કરતા વધારે ઉત્સાહ વધી જાય એ સામાન્ય વાત છે. પરંતુ જોશ-જોશમાં આપણે પોતાના ઉત્સાહને જ પ્રભાવક હોવાનું માનવાની ભૂલ કરી બેસીએ છીએ. કામનું સારી રીતે પૂર્ણ થવું, સારું કામ કરવાની વ્યક્તિની ઈચ્છા કરતાં ક્યાંય વધારે મહત્ત્વપૂર્ણ હોય છે. આ વાત સમજવા માટે વિવેકની જરૂર હોય છે કે આ બંને બાબતો હંમેશા એક-બીજા સાથે જોડાયેલી નથી હોતી. કેટલાક કિસ્સાઓમાં તો અતિ ઉત્સાહમાં આવીને ભરપૂર પ્રયત્નો કરવા એ જ ઈચ્છિત પરિણામ પ્રાપ્ત કરવાના માર્ગમાં અંતરાય બની જાય છે, ખાસ કરીને ત્યારે જ્યારે વ્યક્તિ પોતાની સાથે કામ કરી રહેલા લોકોની જરૂરિયાતોને સમજવામાં અસમર્થ હોય.

જ્યારે આપણે એ જાણતા હોઈએ કે પોતાના આ ઝનૂનને કેવી રીતે અંકુશમાં રાખવો જોઈએ ત્યારે જ આપણે અન્ય લોકો સાથે સામંજસ્યપૂર્ણ અને પ્રભાવી રીતે કામ કરી શકીએ છીએ. માત્ર ત્યારે જ આપણે પોતાની આસપાસના લોકો સાથે પોતાનો ઉત્સાહ પ્રભાવક રીતે વહેંચી શકીએ છીએ.

જ્યારે ઘંટડીને જોરથી વગાડવામાં આવે ત્યારે જ ઘંટડીનો અવાજ દૂર-દૂર સુધી સંભળાય છે. આકરી મહેનત કર્યા વિના તમારો પ્રભાવ નહીં વધે. દુનિયા તમારા પ્રયત્નો તરફ એટલું ઝડપથી ધ્યાન આપે છે કે તમે તેનો વિચાર પણ કરી શકતા નથી.

***

એ જરૂરી છે કે તમે આકરી મહેનત કરો પણ પોતે ખૂબ આકરી મહેનત કરી રહ્યા છો એવી ભાવનાથી આસક્ત ન થઈ જશો. જો તમે આ ભાવનામાં ડૂબેલા હશો, તો અસલ કામની એટલી પરવા નહીં કરો, જેટલી એ વાતની કે તમે બીજાને આકરી મહેનત કરતા દેખાશો.

***

સૌથી જોખમી એ લોકો હોય છે, જેમનામાં ઝનૂન ઘણું હોય છે, પણ વિવેકની ઊણપ હોય છે. જો તમે એ વાતનું પૂર્વાનુમાન લગાવવા ઈચ્છો છો કે એક રાજનેતા ચૂંટણી જીત્યા પછી કેવું વર્તન કરશે, તો એ વાત પર ધ્યાન આપો કે તે વર્તમાનમાં કેવી રીતે રહે છે અને ભૂતકાળમાં તેનું વર્તન કેવું હતું. વ્યક્તિ જેવું કહે છે, તે રીતે તે જીવતી નથી. તે તો બસ એ રીતે જ જીવે છે, જેવું તે અત્યાર સુધી જીવતી આવી છે.

***

ઈતિહાસથી જાણવા મળે છે કે જે લોકો સમાજમાં ખરેખર પરિવર્તન લાવે છે, તે મોટાભાગે આધેડ નહીં પરંતુ ઝનૂની યુવાન હોય છે. તેમનું હૃદય ઉત્પીડિતોની દુર્દશા પ્રત્યે સંવેદનશીલ હોય છે. અન્યાયની વિરુદ્ધ તેમની હિંમત બુલંદ હોય છે અને તે એવી બાબતો માટે લડે છે, જેનું ક્યાંય, કોઈ જ સાંભળતું નથી. તો તમારી ઉંમર ભલે ગમે તેટલી હોય પોતાના યુવા હૃદય અને મિજાજને હંમેશા જાળવી રાખો.

પહેલી મુલાકાતમાં દરેક વ્યક્તિ સામેની વ્યક્તિ પ્રત્યે સજ્જનતાનો ભાવ ધરાવે છે. બસ પ્રશ્ન માત્ર એટલો જ છે કે તેની આ સજ્જનતા ક્યાં સુધી રહેશે. તો કોઈ તમારી સાથે સારું વર્તન કરી રહ્યું છે માત્ર એટલા માટે છેતરાશો નહીં.

***

કોઈને કામ પર રાખતી વખતે તેના કૌશલ્ય અને અનુભવથી પર પણ જુઓ જેથી એ જોઈ શકો કે તેને પોતાના કામનો આનંદ ઉઠાવતા આવડે છે કે નહીં. જે લોકો પોતાના કામનો આનંદ ઉઠાવે છે તે હંમેશા એ લોકોની સરખામણીએ વધારે સફળ રહે છે જે કામનો આનંદ ઉઠાવી શકતા નથી.

આપણે ભલે ગમે તે કરીએ, પોતાના કામના સૌથી મહત્ત્વના પાસાને પૂર્ણ ગંભીરતાથી લેવો જોઈએ. જ્યારે આપણે એવું વિચારી લઈએ છીએ કે 'અત્યારે હું આ કામ ગમે તેમ કરી પતાવી લઉં છું, પછી ભવિષ્યમાં તેને સુધારી લઈશ, તો મોટાભાગે આવું બની શકતું નથી, કારણ કે બની શકે કે ભવિષ્યમાં આપણી અંદર તેને સુધારવાની કોઈ પ્રેરણા જ ન રહે, અથવા બની શકે કે તે કામ જેવું થયું છે, તેવા કામથી આપણે તેનાથી ટેવાઈ જઈએ.

આ કંઈક એવું છે, જાણે કોઈ ઘરમાં રહેવાનું શરૂ કર્યા પછી નક્કી કરવું કે થોડો સમય વીત્યા પછી ઘરનું સમારકામ પણ કરાવી લઈશું. વર્ષો વીતી ગયા પછી પણ આપણે ક્યારેય તેને સરખું કરાવી શકતા નથી વસ્તુઓ જેમની તેમ રહે છે અને આપણે લાંબા સમય સુધી બસ એ જ રીતે રહેવાનું ચાલુ રાખીએ છીએ.

કોઈ વિચારે છે, 'હું ખૂબ મહેનતથી અભ્યાસ કરીશ જેથી એક પ્રતિષ્ઠિત કોલેજમાં પ્રવેશ મેળવી શકું.' ત્યાં કોઈ અન્ય વ્યક્તિ વિચારે છે, 'હું પૂરી મહેનતથી અભ્યાસ કરીશ જેથી મારી બહેનને ભણાવી શકું કારણ કે પરિવારની પરિસ્થિતિ સારી ન હોવાને કારણે તે સ્કૂલે જઈ શકતી નથી.'

જો કે આ બંને વ્યક્તિઓનો સંકલ્પ એક જ છે કે તે પૂર્ણ મહેનતથી અભ્યાસ કરશે પણ બંને પ્રેરણાઓ એક-બીજાથી બિલકુલ ભિન્ન છે. બીજાની મદદ કરવાનો સંકલ્પ તમારી અંદરની અપાર ઉર્જાને સક્રિય કરી શકે છે. એ જ કારણ છે કે પ્રબુદ્ધતા પામવાની આધ્યાત્મિક યાત્રા પર નીકળતા પહેલા લોકો દરેક ચેતન પ્રાણીનું રક્ષણ કરવાની બોધિસત્વ પ્રતિજ્ઞા લે છે.

જ્યારે તમે કોઈ નિર્ણય લેવા જઈ રહ્યા છો તો આ વાતનું આકલન કરવાનો પ્રયત્ન કરો કે તેનાથી કેટલા લોકોને ફાયદો થશે. જો એ નિર્ણયથી માત્ર તમારો અહમ સંતુષ્ટ થશે અને અનાવશ્યક રીતે ઘણા લોકોને ઈજા પહોંચશે તો એનો અર્થ એ થયો કે આ નિર્ણય ખોટો છે.

***

એક એવી વ્યક્તિ બનવાનો પ્રયત્ન કરો, જે પોતાને બીજાની જગ્યાએ મૂકીને જોઈ શકે અને દરેક બાબતને માત્ર પોતાની નજરે જ નહીં પરંતુ બીજાના દૃષ્ટિકોણથી પણ જોઈ શકે.

***

શું તમે કોઈ વ્યક્તિની નજીક આવવાનો પ્રયત્ન કરી રહ્યા છો? શું તમે આવું એટલા માટે ઈચ્છો છો કારણ કે તમે તેની પાસેથી કંઈક મેળવવા ઈચ્છો છો? જો ખરેખર તમે તેની નજીક આવવા ઈચ્છો છો, તો તમારા ગુપ્ત ઉદ્દેશોનો ત્યાગ કરો. જો તમે કોઈપણ એજન્ડા વિના ખરેખર સજ્જનતાનો ભાવ રાખશો, તો તમારા માટે સચ્ચાઈથી વર્તવું લોકો માટે હજુ સરળ થઈ જશે.

કેટલાક લોકો પોતાના ક્ષેત્રથી બહારના લોકો પ્રત્યે ખૂબ ઉદારતા અને સજ્જનતા ધરાવે છે, પણ પોતાની નજીકના લોકોની જરૂરિયાતોને વણજોઈ કરતા રહે છે. પોતાના પરિવાર અને નજીકના સહકર્મીઓ પ્રત્યે લાપરવાહ થવું ખોટું છે. જ્યારે તમારા સૌથી નજીકના લોકો તમારા તરફથી ઉપેક્ષિતપણાનો ભાવ અનુભવે છે અને તેમને લાગે છે કે તેમને છેતરવામાં આવી રહ્યા છે તો તમે જે કંઈપણ પ્રાપ્ત કર્યું હોય છે તે એક ક્ષણમાં બરબાદ થઈ શકે છે.

***

એક વિશાળ પથ્થર આપણા માટે આ વાતનું ઉદાહરણ છે કે સાચા બનીને કેવી રીતે રહી શકાય અને પ્રશંસા કે ટીકાની તોફાની થપાટો છતાં સ્થિર કેવી રીતે રહી શકાય.

સાચા હોવું મહત્ત્વનું નથી પરંતુ સાથે મળીને ખુશ રહેવું મહત્ત્વનું છે

આપણા સહુના પોતાના કેટલાક મૌલિક વિશ્વાસ, મૂલ્ય અને વિચાર હોય છે, જે આપણા માટે એટલા મહત્ત્વના હોય છે કે આપણે તેની સાથે સમજૂતી કરવાની કલ્પના પણ કરી શકતા નથી. આપણે માનીએ છીએ કે તે સાચા છે અને દરેક સમજદાર વ્યક્તિ તેની સાથે સહમત થશે. પણ ક્યારેક-ક્યારેક આપણો સામનો એવા લોકો સાથે પણ થાય છે, જેના વિશ્વાસો સાથે આપણા વિશ્વાસનો મેળ પડતો નથી.

આ સ્થિતિમાં રાજકીય કે ધાર્મિક વિશ્વાસો અને જીવન મૂલ્યો અંગે તેમની સાથે આપણો વિવાદ થઈ શકે છે. જ્યારે તેમની સાથે આ વિષયો પર ચર્ચા થાય છે ત્યારે થોડા જ સમયમાં તે ચર્ચા જીભાજોડી અને વાદ-વિવાદમાં બદલાઈ જાય છે. પછી બંને પક્ષોમાંથી કોઈને ય લાગતું નથી કે તેમની વાત સાંભળવામાં આવે છે અથવા તેમની સાથે સમ્માનજનક વ્યવહાર કરવામાં આવી રહ્યો છે. આથી બંનેની વચ્ચે માત્ર ગુસ્સો અને ભ્રમ વધે છે તથા બંનેને તે ખટકે છે.

આવી સ્થિતિમાં આપણે પોતાની જાતને પૂછવું જોઈએ કે પોતાના વિશ્વાસોનો બચાવ કરવા ખાતર એક-બીજાને નાખુશ કરવા કે ઈજા પહોંચાડવી એ ખરેખર યોગ્ય છે ? પોતાના મૂલ્યોની પવિત્રતા જાળવી રાખવાને બદલે શું આપણે આપણી સામે બેઠેલી વ્યક્તિની વધારે પરવા ન કરવી જોઈએ ? શું એકલા જ યોગ્ય સાબિત થવાને બદલે મળીને ખુશ રહેવું વધારે સારી બાબત નથી?

પોતાના વિચારોને અપનાવવા માટે કોઈને રાજી કરવાના પ્રત્યન પાછળ ઘણા અંશે આપણો અહંકાર જવાબદાર હોય છે. જો આપણા વિચાર યોગ્ય સાબિત થઈ જાય તો પણ આપણો અહંકાર સંતુષ્ટ નથી થતો અને એક નવી ચર્ચા શરૂ કરવા માટે એક નવો તર્ક શોધવા લાગીએ છીએ.

અનુભવની સાથે પરિપક્વતા આવે છે. પરિપક્વતાનો એક પાઠ એ

છે કે આપણે પોતાના વિચારોને વધારે પડતી ગંભીરતાથી ન લેવા જોઈએ, પોતાના અહંકાર પર લગામ મૂકતા શીખવું જોઈએ અને લાંબા સમય માટે વિચારવું જોઈએ.

સાચા હોવું એટલું મહત્ત્વનું નથી, જેટલું મળીને ખુશ રહેવું.

બીજાની ટીકા કરવા માટે હંમેશા તૈયાર રહેનારી ચતુર વ્યક્તિ બનવાને બદલે, એક સ્નેહી મિત્ર બનો, જે લોકોને નજીક લાવતો હોય અને વસ્તુઓ વહેંચતો હોય. એક સંવેદનશીલ પાડોશી બનો, જે બીજાની તકલીફને સમજતો હોય.

***

જ્યારે મારે કોઈ વાત માટે કોઈને રાજી કરવાના હોય છે, ત્યારે સૌથી પહેલા હું તેની વાતો ધ્યાનથી સાંભળું છું, તેને સમજવાનો પ્રયત્ન કરું છું, હું ભલે યોગ્ય હોઉં. પણ સામેની વ્યક્તિ મારી વાત સાથે ત્યાં સુધી સંમત નહીં થાય, જ્યાં સુધી તેને એ અનુભૂતિ નહીં થાય કે તેની વાત પણ સાંભળવામાં આવે છે અને તેની સાથે સમ્માનજનક વર્તન થઈ રહ્યું છે.

***

જો આપણે પોતાને બીજાની જગ્યાએ મૂકીને જોવા લાગીએ, તો જીવનના ઘણા સંઘર્ષોનો ઉકેલ મળી જાય છે દરેક બાબતને સામેની વ્યક્તિના દૃષ્ટિકોણથી જોવાનો પ્રયત્ન કરો. જો તમે માત્ર પોતાનો જ પક્ષ જુઓ છો તો તેનો અર્થ એ છે કે તમારામાં અને એક નાદાન, નાસમજ બાળકમાં કોઈ ફેર નથી.

***

જો તમે સાચા અને ખોટાની ચર્ચા કરતી વખતે ગુસ્સે થઈ જાઓ છો, તો તમારો ગુસ્સાભર્યો સ્વર એ દર્શાવે છે કે તમે હાર માની લીધી છે.

***

ટીકા કરવી ખૂબ સરળ હોય છે પણ જો ટીકાકારને પોતે તે જવાબદારી નિભાવવી પડે તો તેને ખૂબ ઝડપથી સમજાઈ જાય છે કે દરેક કામ ટીકા કરવા જેટલું સહેલું નથી હોતું. ઉકેલ ઉપલબ્ધ કરાવ્યા વિના ટીકા કરવી એ ટીકાકારના અહંકારને દર્શાવે છે.

***

જ્યારે તમને કોઈ એવી બાબત સાંભળવા મળે, જેનાથી તમારું લોહી ઉકળી ઉઠે, તો બદલામાં તાત્કાલિક કોઈ ઈ-મેઈલ કે મેસેજ લખીને ન મોકલો. એક બુદ્ધિશાળી વ્યક્તિ એવી સ્થિતિમાં વિચારે છે. તાત્કાલિક ભાવનાત્મક પ્રતિક્રિયા આપવાથી હંમેશા એવા પરિણામ સામે આવે છે, જેના માટે ભવિષ્યમાં પસ્તાવું પડે છે.

***

લોકોને ખાસ અનુભવ કરાવવો ખૂબ સહેલું હોય છે. મોટાભાગે લોકો સાંભળવાથી વધારે બોલવાનું પસંદ કરે છે. એટલે તેમને ઘણા બધા ખુલ્લા પ્રશ્ન પૂછો અને પૂર્ણ રસ સાથે તેમના જવાબ સાંભળો. આ રીતે તમારું ધ્યાન ખેંચીને લોકો ખૂબ સારી અનુભૂતિ કરશે અને તમને પસંદ કરવા લાગશે.

***

એક પ્રભાવશાળી વ્યક્તિ હંમેશા એવા લોકોથી ઘેરાયેલી રહે છે, જે તેની હા માં હા મેળવી તેને એ અનુભૂતિ કરાવતા રહે છે, કે તે ખૂબ જ મહત્ત્વપૂર્ણ અને અસામાન્ય વ્યક્તિ છે. જો તમારી આસપાસના લોકો તમારી સાથે હંમેશા સહમત થઈ જાય છે, તો કદાચ તે તકવાદી છે, પણ વિશ્વાસુ નહીં.

જ્યારે કોઈ એક પ્રશ્નનો એક જવાબ મુશ્કેલ હોય પરંતુ તાર્કિક લાગતો હોય અને બીજો જવાબ એટલો સહેલો હોય, જેને એક બાળક પણ સમજી શકતું હોય તો સામાન્ય રીતે સહેલોવાળો જવાબ જ યોગ્ય જવાબ હોય છે.

જો તમે કોઈ પ્રશ્ન પૂછો અને તેના પર કોઈ પ્રતિક્રિયા ન આવે, તો એ જ તેનો સાચો જવાબ છે.

***

વિશ્વમાં માત્ર બે પ્રકારના લોકો હોય છે એક જે પોતાની નબળાઈઓથી પરિચિત હોય છે અને બીજા એ જે પોતાની નબળાઈઓથી અજાણ હોય છે. કોઈ વ્યક્તિ સંપૂર્ણ નથી હોતી. દરેકમાં કોઈક ને કોઈક ખામી ચોક્કસ હોય છે.

***

જ્યારે કોઈ વ્યક્તિ એકદમ પરફેક્ટ લાગે, તો સમજી જાઓ કે આવું એટલા માટે છે, કારણ કે હજુ તમે તેને સારી રીતે જાણતા નથી.

***

'બાબતોને પરફેક્ટ બનાવવાનો પ્રયત્ન કરવાને બદલે તેને રસપ્રદ બનાવો !' - એક ઈન્ટિરિયર ડિઝાઈનરની સલાહ

***

તમે ખુશ રહેવા ઈચ્છો છો અથવા પછી માત્ર ખુશ દેખાવા ઈચ્છો છો? દુનિયા તમને ખુશ રહેવા માટે જે કંઈપણ કરવાનું કહે, તેના પર ધ્યાન ન આપશો. બસ સ્વયં પ્રત્યે સાચા રહો અને એ તપાસો કે તમે વાસ્તવમાં શું ઈચ્છો છો.

***

તમારા જીવનનું લક્ષ્ય સફળતા નહીં બલકે ખુશી હોવી જોઈએ. જો તમે સફળ થઈ જાઓ છો અને છતાં પણ ખુશ નથી, તો આવી સફળતા શું કામની ?

***

કેટલાક લોકો પોતાના જીવનમાં એટલા માટે સફળ થવા ઈચ્છે છે જેથી તે લોકોને તેમની હેસિયત બતાવી શકે, જેમણે તેમને ક્યારેક નીચા દેખાડ્યા હોય. પણ સફળતા પ્રાપ્ત કર્યા પછી શું ? તેમને ખોટા સાબિત કર્યા પછી તમે શું કરશો ? જો તમે ખરેખર સફળ થવા ઈચ્છો છો, તો કોઈ બીજાના માપદંડોને આધાર ન બનાવશો.

***

સાર્થક પ્રશંસા એ છે, જ્યારે તમારા જ કાર્યક્ષેત્રમાં સક્રિય કોઈ વ્યક્તિ તમારી પ્રશંસા કરે. આવી એક વ્યક્તિની પ્રશંસા કોઈ અન્ય કાર્યક્ષેત્રમાં સક્રિય દસ લોકો પાસેથી મળેલી પ્રશંસા કરતા પણ ક્યાંય વધારે સાર્થક છે.

***

વ્યવસાયી લોકોની પોતાની એક વિશિષ્ટ પ્રતિભા અને વિશેષજ્ઞતા હોય છે. જો કોઈ ક્લાયન્ટ દરેક નાની-નાની વાત પર ધ્યાન રાખે છે અને તેને પોતાના નિયંત્રણમાં રાખવાનો પ્રયત્ન કરે છે, તો વ્યવસાયી વ્યક્તિ પોતાની પૂરી ક્ષમતાની સાથે કામ કરી શકતો નથી અને બંધાયેલો અનુભવવા લાગે છે. જો તમે સર્વોત્તમ પરિણામ ઈચ્છો છો, તો બાબતોને પૂર્ણ રસ સાથે જુઓ પરંતુ એ પણ યાદ રાખો કે તમારે પોતાના પગલાં ક્યારે પાછળ ખેંચવાના છે.

***

એ જરૂરી નથી કે એક અનુભવી ડૉક્ટર, વકીલ કે એકાઉન્ટન્ટ, જોશથી ભરેલા એ યુવાન વ્યવસાયીની સરખામણીએ શ્રેષ્ઠ સેવા આપે, જેને સંબંધિત ક્ષેત્રમાં માત્ર કેટલાક વર્ષોનો જ અનુભવ હોય. કોઈ વ્યવસાયીની કારકિર્દીના પ્રભાવક ઈતિહાસની સરખામણીએ હંમેશા એ વાત વધારે મહત્ત્વની હોય છે કે તે પોતાના ક્લાયન્ટ પર કેટલું ધ્યાન આપી રહ્યો છે.

કુંગ-ફૂના અઢાર સ્તરો પર મહારત પ્રાપ્ત કર્યા પછી તમે માત્ર પોતાની આંગળીનો ઝટકો આપી કોઈને પણ ઘાયલ કરી શકો છો. પણ જ્યારે તમે કુંગ-ફૂના બધા છત્રીસ સ્તરો પર મહારત પ્રાપ્ત કરી લો છો અને કોઈ મૂર્ખ તમારી સાથે લડવા આવે છે, તો તેની નબળાઈ જોઈને તમે પોતે પાછળ ખસી જવાનું પસંદ કરો છો.

શું તમે કોઈ નવી ઊંચાઈઓને સ્પર્શી રહ્યા છો ? શું તમારું જીવન ઉત્તમ ચાલી રહ્યું છે ? તો જરા જુઓ કે બીજાની સાથે સફળ થવાને બદલે ક્યાંક તમે બીજાની કિંમતે તો સફળ નથી થઈ રહ્યા ને. જો તમે સફળતાના માર્ગ પર બીજાને ધક્કો મારી આગળ વધતા જાઓ છો, તો યાદ રાખો કે જેવો સમય બદલાશે, તમને પણ નીચે ખેંચી લેવામાં આવશે.

પ્રકરણ - 4

સંબંધો

એક સારો સંબંધ ટકાવી રાખવાની કલા

આપણામાંથી ઘણા લોકો એક ભવ્ય ઘરમાં રહેવું, એક ફેન્સી કાર ચલાવવી અને સુંદર તેમજ યુવાન દેખાવા માટે પોતાનો ઘણો સમય અને પૈસા ખર્ચ કરે છે. પણ શું આપણે સારા સંબંધો જેવી બાબતો માટે કશું ખર્ચ કરીએ છીએ ? જેમની પાસે એક પરિવાર અને એવા મિત્ર હોય જે તેમને પ્રેમ કરે છે, તેમનું ભલું ઈચ્છે છે, તેમની પરવા કરે છે એવા લોકો ખરેખર ભાગ્યશાળી હોય છે. તેથી આવા લોકો જીવનમાં પડકારો આવવા છતાં પણ સુરક્ષિત અને ભાવનાત્મક રીતે સ્થિરતા અનુભવે છે. ત્યાં જ બીજી તરફ ભલે કોઈની પાસે પોતાના સ્વપ્નનું ઘર હોય, એક લકઝરી કાર હોય અને સપ્રમાણ શરીર હોય પણ જો તે સંબંધોની બાબતમાં સમસ્યાઓથી ઘેરાયેલી હોય તો દુઃખી રહે છે. જ્યારે આ સમસ્યાઓનો ઉકેલ નથી મળતો અને તે સમસ્યાઓ જેમની તેમ રહે છે ત્યારે તેને ડિપ્રેશનની ફરિયાદ થવા માંડે છે. ત્યાં સુધી કે તે આત્મહત્યા કરવાનું વિચારવા લાગે છે. તેથી જો આપણે પોતાના જીવનમાં આનંદ ઈચ્છીએ છીએ તો, આપણે આપણી આસપાસના લોકોની સાથે સારા સંબંધ બનાવવાના વધારેમાં વધારે પ્રયત્નો કરવા જોઈએ ને ?

હું મારા જીવનના ત્રીજા દાયકામાં મારા મઠના એક નજીકના મિત્રની સાથે બે અઠવાડિયા માટે યુરોપના પ્રવાસે ગયો હતો. જ્યારે અમે રોમના એરપોર્ટ પર ઉતર્યા ત્યારે અમારો જોશ આસમાને હતો. અમે એક-બીજાને ઘણા વર્ષોથી જાણતા હતા અને અમારી વચ્ચે સારા સંબંધો હતો. મને તેનો પ્રેમાળ અને રમૂજી સ્વભાવ ગમતો હતો અને તેને મારો રોમાંચક અને આશાવાદી સ્વભાવ ગમતો. જો કે તે વધારે અંગ્રેજી બોલતો નહોતો એટલે આ પ્રવાસમાં મારે હંમેશા તેની આસપાસ જ રહેવું પડતું. પ્રવાસના શરૂઆતના સાત દિવસો સુધી એક-એક ક્ષણ સાથે વીતાવ્યા પછી અમારી પાસે એવું કશું જ બચ્યું નહોતું જેના વિશે અમે વાત કરી શકીએ અને અમે બંને જરા ચિડચિડિયા થઈ ગયા. તેની પાછળ એવું કોઈ ઠોસ કારણ નહોતું, જેનો સંબંધ અમારી મિત્રતા સાથે હોય, વાત માત્ર એટલી જ હતી

કે અમે કેટલોક સમય એકલા રહેવા માટે તલસી રહ્યા હતા. એટલે બીજા દિવસે સવારે મેં સૂચન કર્યું કે આજે એકસાથે ફરવાને બદલે આપણે એકલા પોત-પોતાના રસ્તે નીકળીએ અને રાત્રે પાછા હોસ્ટેલમાં મળીએ. તેને મારું સૂચન ગમ્યું.

હોસ્ટેલમાંથી નીકળતા જ મને ખૂબ આઝાદીનો અનુભવ થયો – હું જાણતો હતો કે આજે હું આખો દિવસ મારી મનગમતી બાબતો કરી શકવાનો છું, આજે મારે મારા એ દોસ્ત સાથે એ ચર્ચા કરવાની જરૂર નહોતી કે આપણે પહેલા ક્યાં જવું જોઈએ અને તેના પછી શું જોવા માટે નીકળવું જોઈએ. પણ જેમ-જેમ સવારનો સમય વીત્યો અને બપોર થઈ, મને અનુભવ થયો કે એકલા હરવા-ફરવાને બદલે કોઈ મિત્રની સાથે ફરવું કેટલું ફાયદાકારક હોય છે. જેમ કે સવારે મારે શૌચકર્મ માટે જવું પડ્યું ત્યારે બહાર મારી બેગનું ધ્યાન રાખનાર કોઈ નહોતું. એ જ રીતે રેસ્ટોરાંમાં એકલા બેસીને જમવું જરાય મજેદાર નહોતું, હવે આ એક કામ લાગી રહ્યું હતું, થોડો સમય બેસીને આનંદ કરવાનું બહાનું નહીં. એ દિવસે મેં મારી કોઈ તસવીર પણ ન લીધી કારણ કે અજાણી વ્યક્તિઓના હાથમાં પોતાનો કેમેરો પકડાવી હું તેમને હેરાન કરવા ઈચ્છતો નહોતો. જ્યારે પણ મને કોઈ સરસ વસ્તુ દેખાતી, જેમ કે કોઈ પ્રસિદ્ધ કલાકૃતિ, ત્યારે હું એટલો રોમાંચિત થઈ શકતો નહોતો કારણ કે મારો ઉત્સાહ વહેંચવા માટે મારી પાસે કોઈ નહોતું. આખરે રાત્રે જ્યારે હું પાછો હોસ્ટેલ પહોંચ્યો ત્યારે મારા મિત્રને જોઈને ખૂબ ખુશ થયો. પછી રાત્રે જમતી વખતે અમારી પાસે આખા દિવસના અનુભવો વિશે વાત કરવાની ઘણી બાબતો હતી.

પોતાના આ અનુભવથી મને અનુભૂતિ થઈ કે સારા સંબંધ જાળવી રાખવાની કલાની તુલના તાપણું સળગાવી તેની પાસે બેસવા સાથે કરી શકાય છે. જો આપણે ઘણા સમય સુધી તાપણા પાસે બેસી રહીએ તો ગરમાવાથી ભરાઈ જઈએ છીએ અને કદાચ સળગી પણ શકીએ છીએ. ત્યાં જ જો આપણે તાપણાથી વધારે દૂર બેઠા હોઈએ તો આપણને તેનો ગરમાવો મળી શકતો નથી. એ જ રીતે ભલે કોઈ વ્યક્તિ સાથે આપણે ખૂબ સારું બનતું હોય પણ જો આપણે એકબીજાને અંગત સમય વીતાવવાની તક નથી આપતા અને થોડાક વધારે જ નજીક રહીએ તો થોડા જ સમયમાં એકબીજાથી થાકી જઈએ છીએ અને ફસાયેલા હોઈએ તેવો અનુભવ કરવા લાગીએ છીએ, એવા સમયે અંગત સમય વીતાવવાની તક ન મળવા અને પૂર્ણ આઝાદી ન હોવાને કારણે ચિડાઈ જવું અને સંબંધને હળવાશથી લેવા

કે તેની પરવા ન કરવી એ ખૂબ સહેલું હોય છે. ત્યાં જ બીજી તરફ જો આપણે આપણા પરિવાર અને મિત્રોના સંપર્કમાં રહેવાના ખૂબ ઓછા પ્રયત્ન કરીએ છીએ તો પછી આપણે તેમના પ્રેમનો ગરમાવો અનુભવી શકતા નથી. તેથી આ બંનેની વચ્ચે એક યોગ્ય સંતુલન જાળવવું મહત્ત્વનું છે.

મેં એક કોરિયાઈ કથા સાંભળી હતી, જે સંબંધો વિશે એક સારો બોધપાઠ આપે છે. આ કથા જોસિએન રાજવંશના શાસન દરમિયાન સાહિત્યિક રુચિ ધરાવનારા સંભ્રાત વર્ગના વ્યક્તિ મેંગ સા-સેયોંગ (1360-1438) વિશે હતી. તે પોતાની બુદ્ધિમત્તા માટે જાણીતો હતો. તેણે ઓગણીસ વર્ષની ઉંમરે રાજ્યની સિવિલ સેવા પરીક્ષામાં સર્વોચ્ચ ગુણ પ્રાપ્ત કર્યા અને માત્ર વીસની ઉંમરે કાઉન્ટી મેજિસ્ટ્રેટ બની ગયો. પરંતુ રાતોરાત મળેલી આ સફળતાએ તેને અભિમાની અને ખોખલો બનાવી દીધો. એક દિવસ મેંગ પોતાના જિલ્લાના એક પ્રખ્યાત ઝેન બૌદ્ધ ગુરુને મળવા ગયો અને પૂછ્યું, 'આ ગામ પર શાસન કરતી વખતે મારે કઈ વાતોનું ધ્યાન રાખવું જોઈએ ?'

ગુરુએ વિનમ્રતા સાથે કહ્યું, 'એ બધી વાતો, જે ટીકાથી બચવા અને વધારેમાં વધારે લોકોનું ભલું કરવા માટે જરૂરી છે.'

આ સાંભળીને મેંગ તરત જ બોલ્યો, 'આ તો એક નાનું બાળક પણ જાણે છે. શું તેમની પાસે મને જણાવવા માટે આ સિવાય બીજું કશું જ નથી ?'

આ પછી જેવો તે જવા માટે ઊભો થયો, ગુરુએ ભારપૂર્વક તેને થોડોક સમય રોકાવા માટે કહ્યું. એ પછી ગુરુએ ચા બનાવી અને મેંગના કપમાં ચા રેડવા લાગ્યા, પણ કપ ભર્યા પછી પણ તેમણે તેમાં ચા રેડવાનું બંધ ન કર્યું. આ જોઈને મેંગને આશ્ચર્ય થયું અને તેણે પૂછ્યું કે આખરે ગુરુ આ શું કરી રહ્યા છે.

'એવું જણાય છે કે તમે જાણો છો કે કપમાં જરૂર કરતાં વધારે ચા રેડવાથી તે લાદી પર ઢોળાશે અને લાદી ખરાબ થઈ જશે,' ગુરુએ જવાબ આપ્યો. 'પણ તને એ કેમ ખબર નથી કે જરૂર કરતાં વધારે જ્ઞાન કોઈના ચરિત્રનું પતન કરી નાખે છે ?'

આ સાંભળીને મેંગ શરમાઈ ગયો. તે તાત્કાલિક ઊભો થયો અને ત્યાંથી જવા માટે દરવાજા તરફ વળ્યો પણ ઉતાવળમાં તેનું માથું દરવાજા

સાથે ભટકાયું. ગુરુએ ધીરેથી ચેતવણી આપતા કહ્યું, 'જો તું પોતાનું માથું ઝૂકાવીને રાખીશ તો મુશ્કેલીમાં નહીં પડે.'

જેમ આપણે જોઈ શકીએ છીએ, જરૂર કરતાં વધારે અભિમાન સંઘર્ષ ઊભો કરી શકે છે. જો આપણે લોકોની સાથે વિનમ્ર અને સમ્માનજનક વ્યવહાર કરીએ તો સંઘર્ષથી બચી શકાય છે. હંમેશા આપણું અભિમાન જ આપણને અક્કડ, ટટ્ટાર ઊભા રહેવા અને ઈચ્છાશક્તિઓની લડાઈ લડવા માટે પ્રોત્સાહિત કરે છે. કોણ સાચું છે અને કોણ ખોટું છે એ નક્કી કરવાની લડાઈ લડતા આખરે આપણે શારીરિક અને ભાવનાત્મક પીડાનું કારણ બની જઈએ છીએ. કેટલાક લોકો પોતાના આંતરિક સંઘર્ષમાં પોતાના પરિવાર અને મિત્રોને પણ ખેંચી લાવે છે અને અનાવશ્યક રીતે અને વધારે ભ્રમ તથા દુર્ભાવના પેદા કરી દે છે. જો કોઈ મારી પાસે આવીને કહે, 'ચલો જોઈએ છીએ કે કોનો ધર્મ સાચો છે', તો પહેલા હું સમ્માનપૂર્વક તેની વાત સાંભળીશ અને કહીશ, 'પોતાના ધર્મના એ પાસાઓ સાથે મારો પરિચય કરાવવા માટે ધન્યવાદ, જેના વિશે મને વધારે જાણકારી નહોતી. હું એ માટે આપની પ્રશંસા કરું છું.' જો મારે જીતવા માટે ચર્ચા કરવી પડે તો તેના પરિણામસ્વરૂપ આખરે કોઈને કોઈ પીડા ચોક્કસ પહોંચશે. અને જો હું જીતી પણ ગયો તો એનાથી શું થઈ જશે. માત્ર એટલું જ કે તે મારી સામે પોતાને પરાજિત અનુભવશે.

આપણે બધા અલગ-અલગ વાતાવરણમાં ઉછર્યા છીએ. આપણા અનુભવ એકબીજાથી ભિન્ન છે અને એ જ રીતે આપણા વ્યક્તિત્વો, આદતો, મૂલ્યો અને વિચારોમાં પણ ભિન્નતા હોય છે. એકબીજાથી ભિન્ન લોકોનું એકસાથે રહેવું અને એકબીજા સાથે સંબંધ બાંધવાનો પ્રયત્ન કરવો સહેલું નથી હોતું. બૌદ્ધ ગ્રંથ 'ધ ટ્રીટીઝ ઓન ધ કિંગ ઓફ ટ્રેઝર્સ સમાધિ' અનુસાર, 'એવી અપેક્ષા ન રાખશો કે અન્ય લોકો તમારી પદ્ધતિઓનું અનુસરણ કરશે. જ્યારે દરેક વસ્તુ હંમેશા તમારા મત પ્રમાણે જ થાય છે ત્યારે તમે અહંકારી બની જાઓ છો.' જેમ-જેમ આપણે જીવનમાં પ્રતિકૂળતાઓનો અનુભવ કરીએ છીએ એમ-એમ પરિપક્વ અને પહેલા કરતાં વધારે સમજદાર થઈ જઈએ છીએ. બસ યાદ રાખો કે આજે જે વ્યક્તિના કારણે તમારે મુશ્કેલીઓનો સામનો કરવો પડ્યો, તે એક ગુપ્ત શિક્ષક પણ હોઈ શકે છે, જેને પરમાત્માએ તમારા આધ્યાત્મિક વિકાસની જવાબદારી સોંપીને તમારી પાસે મોકલ્યા હોય.

શું તમે તમારા કાર્યાલયમાં કે તમારી શાળામાં હંમેશા પોતાને એકલા અનુભવો છો ? કદાચ તમે તમારી આસપાસના લોકો માટે પોતાના મનના દરવાજા બંધ કરી દીધા છે. 'મને તેનો મિજાજ સમજાતો નથી', 'હું તેના કરતાં શ્રેષ્ઠ છું.' 'આપણા વિચાર એક-બીજાથી બિલકુલ અલગ છે.' જો તમે એવું વિચારો છો કે આવું કેવી રીતે થઈ શકે છે કે તમે પોતાને એકલા ન અનુભવો ? જરા તમારા મનના દરવાજા ખોલો અને તેની સાથે બેસીને એક કપ કૉફી પીઓ. ટૂંક સમયમાં જ તમે જોશો કે તે તમારાથી વધારે અલગ નથી.

***

જ્યારે તમે મારી સાથે પોતાના દુઃખ અને તકલીફો વહેંચો છો, તો હું આ વાત માટે આભારની લાગણી અનુભવું છું કે તમે મદદ મેળવવા માટે મારા તરફ હાથ લંબાવ્યો. આ કંઈક એવું છે, જાણે હું તમારા મનના સૌથી પવિત્ર ખૂણામાં તમને મળી રહ્યો છું.

રાજનેતા હંમેશા એ જ કહે છે, જે સાંભળવામાં સારું લાગે છે પણ તેમની વાતો હંમેશા આપણા મનને સ્પર્શી શકતી નથી – કારણ કે તેમના શબ્દ તેમના મગજમાંથી નીકળે છે, તેમના હૃદયમાંથી નહીં.

તમે જે બોલ્યા, હૃદયથી બોલ્યા. કારણ કે તમારું હૃદય કોમળ છે, સરળ છે અને સાચું છે. પછી લોકો તમને સમજશે પણ અને પસંદ પણ કરશે.

***

જ્યારે તમે પોતાને અન્ય કરતાં વધારે શ્રેષ્ઠ કે કોઈથી ઉતરતા સમજો છો તો તમારા બંનેની વચ્ચે એક અદૃશ્ય દીવાલ ઊભી થઈ જાય છે. સામેવાળાની સાથે કોઈ એવા જૂના મિત્ર જેવું વર્તન કરો, જેને તમે લાંબા સમયથી ન મળ્યા હો. જ્યારે તમે અનાવશ્યક રીતે સજાગ રહેવાને બદલે સહજ રહો છો તો સામેવાળી વ્યક્તિ પણ એવી જ રહે છે.

એક સુશી રોલના બંને કિનારા, જ્યાંથી તેમાં ભરેલો મસાલો બહાર આવતો હોય છે, તેના વચ્ચેથી કાપવામાં આવેલા ટુકડાની તુલનામાં તે વધારે સ્વાદિષ્ટ હોય છે. એક ચતુર અને તૈયાર થયેલી વ્યક્તિ શુષ્ક અને પારકી લાગી શકે છે પણ એક સરેરાશ વ્યક્તિ જેમાં કોઈ ઢોંગ ન હોય, ક્યાંક વધારે સાચી અને આકર્ષક લાગે છે.

***

શું તમે જાણો છો કે કેટલીક વાતચીતો બેહદ કંટાળાજનક કેમ લાગે છે ? કારણ કે આપણે શિષ્ટતા જાળવી રાખવાના ચક્કરમાં હૃદયથી બોલી શકતા નથી. સચ્ચાઈ અને પ્રામાણિકતાથી વાત કરી કોઈપણ વાતચીતને રસપ્રદ અને જીવંત બનાવી શકાય છે.

જો કોઈ તમને ગાળ આપે તો ત્રીસ સેકન્ડ માટે શાંત રહો. અને પછી એ વાતને ત્યાં જ પૂર્ણ કરી દો. જો તમે જવાબી હુમલો કરશો અને ગુસ્સે થઈ પૂછશો, 'તમારી મુશ્કેલી શું છે ?' તો એ અભાગી વ્યક્તિની સાથે વધારે સમય વીતાવવો પડશે.

***

લોકો દુઃખ પહોંચાડનારી વાતો એટલા માટે કહે છે કારણ કે તે પોતે દુઃખી હોય છે. જ્ય રે તમારો સામનો કોઈ ચિડચિડી અને દુર્ભાવનાપૂર્ણ વ્યક્તિ સાથે થાય, તો જરા વિચારો કે તે કેટલી દયનીય સ્થિતિમાં હશે. તો બસ માત્ર ગણગણીને કહો, 'તમારું ભલું થાય' અને પછી ત્યાંથી આગળ વધી જાઓ.

જ્યારે તમે કોઈની ટીકા કરો છો તો ધ્યાન આપો કે ક્યાંક તમે ઈર્ષાને કારણે તો એવું નથી કરી રહ્યા ને. તમારી ટીકા વાસ્તવમાં તમારી જ હકીકતોનો ખુલાસો કરે છે, અને તે પણ એટલો, જેટલું તમે વિચારી પણ શકતા નથી. ભલે તમે સાચા હો, પણ બની શકે કે લોકોને તમે ખરાબ લાગવા માંડો.

***

જો તમે અન્યોની સાથે પ્રભાવક સંવાદ કરવા ઈચ્છો છો, તો આક્રમક રીતે વાતો કરવાને બદલે સામેની વ્યક્તિને એ જણાવવું વધારે સારું રહેશે કે તમે શું અનુભવી રહ્યા છો.

ઉદાહરણ માટે, 'તું મને હંમેશા દુઃખી કેમ કરી દે છે?' ના બદલે કહો, 'તમારી વાત સાંભળી મને ખૂબ દુઃખ થયું.' કારણ કે તમે ઈચ્છો છો કે લોકો તમને સાંભળે, તમારી સામે પોતાનો બચાવ ન કરવા લાગે.

જો તમે નિરાશ હો, તો વધારે સમય સુધી ચૂપ ન રહેશો બલકે પોતાની વાત કહી દો. જ્યારે તમે પોતાની લાગણીઓને દબાવી રાખો છો, ત્યારે લાગણીઓની નદીમાં પૂર આવવા લાગે છે પછી તેને પાર કરવી અને શાંતિથી વાત કરવી મુશ્કેલ થઈ જાય છે.

***

શું તમારા ઘણા બધા દુશ્મન છે? તો નમ્ર બનો અને લોકો વિશે ખરાબ બોલવાનું બંધ કરો. જે લોકો બીજાને પોતાના દુશ્મન નથી બનાવતા, તે એ લોકોની સરખામણીએ ક્યાંય વધારે સશક્ત હોય છે, જેમની પાસે પોતાના બધા દુશ્મનો સામે લડવા અને જીતવાની શક્તિ હોય છે.

***

એક મોટરસાઈકલના એન્જિનનો અવાજ સૌથી વધારે તેના ચાલકના કાન પર જ પડે છે. જ્યારે ચાલક વૃદ્ધ થઈ જાય છે અને કશું સાંભળી નથી શકતો, તો એ માટે તે પોતાના સિવાય બીજા કોઈને દોષ આપી શકતો નથી.

જ્યારે તમે બીજા વિશે ખરાબ બોલો છો, ત્યારે કોઈ બીજા કરતા વધારે નુકસાન તમને જ થાય છે – કારણ કે તમારી નકારાત્મકતા તમારી અંદરથી બધા આગળ પ્રગટ થાય છે

ભલે તમે કોઈ વ્યક્તિથી ગમે તેટલા દુઃખી હો, એ જરૂરી નથી કે તમે તેની સાથે ત્યાં સુધી વળગેલા રહો, જ્યાં સુધી વિજયી ન થઈ જાઓ. આમ કરવું સારી સ્મૃતિઓ પર પણ પાણી ફેરવી દે છે. ભલે તમારા બંનેની વચ્ચે બધું બદલાઈ ગયું હોય પણ શું પોતાની સ્મૃતિઓને તિલાંજલિ આપવી જરૂરી છે, વિશેષ કરીને સુખદ સ્મૃતિઓને ?

***

જ્યારે આપણે ક્રોધમાં અંધ થઈ જઈએ છીએ ત્યારે એવા કર્મ કરીએ છીએ, જેના માટે આપણે પાછળથી પસ્તાવું પડે છે. આંતરિક સંબંધો ખાખ થઈ જતા પહેલા થોડી શક્યતાઓ છોડી દેવી પરિપક્વતાની નિશાની છે.

***

જે વ્યક્તિએ તમારી સાથે સંબંધ તોડી નાખ્યો હોય, તેની સાથે બદલો લેવાની સૌથી સારી રીત છે, એક નવી વ્યક્તિ સાથે સંબંધ જોડી લેવો અને એકવાર ફરી ખુશ રહેવું. પોતાને ઈર્ષાની અગ્નિમાં બાળવા અને બદલો લેવાના કાવતરા ઘડવા ક્યારેય પૂર્ણ ન થનારી દુર્ગતિ તરફ લઈ જાય છે.

એક વ્યક્તિ પીઠ પાછળ બીજાની નિંદા કરે છે તેનાથી અજાણ તે બીજી વ્યક્તિ તેની પાસે જાય છે અને ખૂબ સજ્જનતાથી માત્ર સારી વાતો કરે છે કારણ કે સૌથી સારો બદલો પ્રેમ છે.

***

જો વારંવાર સાંભળવામાં આવે, તો વિશ્વનું સૌથી કર્ણપ્રિય સંગીત પણ કંટાળાજનક લાગવા માંડે છે. પણ જો હું એ જ સંગીતને એક અંતરાલ પછી ફરીથી સાંભળું તો તે ફરીથી અદભુત લાગવા માંડે છે. સમસ્યા એ સંગીત નથી. બલકે તેની સાથે મારો જે સંબંધ છે, તે સમસ્યા છે.

જો ઘણા સમય સુધી સાથે રહેવું પડે, તો મારી સૌથી સારી દોસ્ત પણ મારાથી કંટાળી જશે. પણ જો હું કેટલાક દિવસના અંતર પછી તેને મળું તો તે ફરીથી મારી સાથે અદભુત જ રહેશે. એટલે કે સમસ્યા વ્યક્તિમાં નથી, બલકે તેની સાથે મારો જે સંબંધ છે તેમાં છે.

એક પ્રાચીન બૌદ્ધ ધર્મગ્રંથની કહેવત છે કે 'અગરબત્તી જે કાગળમાં વીંટેલી હોય છે, તેમાં પણ અગરબત્તીની સુગંધ આવી જાય છે અને માછલી પકડવાની કાંટાની દોરીમાં માછલીની સુગંધ આવી જાય છે.' આપણને સારું લાગે

કે ન લાગે, પણ આપણો પરિવેશ આપણને સહજ જ પ્રભાવિત કરે છે. પોતાને પૂછો, 'હું કોનું અનુકરણ કરવા ઈચ્છું છું ? શું તે વ્યક્તિ ભૌતિક કે માનસિક રીતે મારી આસપાસ છે ?'

***

જો આપણે બદલામાં કશું મેળવવાની ઈચ્છાથી કોઈની મદદ કરીએ છીએ તો એનો અર્થ એ છે કે આપણે તેને કશું આપતા નથી બલકે પોતાના ઋણી બનાવી રહ્યા છો. કોઈને ખરેખર કશુંક 'આપવાનો' અર્થ છે, બદલામાં કશુંક પામવાની આશા રાખ્યા વિના આપવું. તેનો અર્થ એ પણ છે કે આપણે જે આપ્યું છે, તેના પર આપણે પોતાનું નિયંત્રણ છોડી દઈએ છીએ.

જ્યારે વાતની દિશા કોઈની ખામીઓ તરફ ચાલી જાય, તો પોતાના તરફથી તેમાં ભાગ લેવાનું ટાળો અને વાતચીતને કોઈ બીજી દિશામાં લઈ જાઓ. જ્યારે આપણે ઘણું વધારે બોલીએ છીએ, ત્યારે કોઈના વિશે ટીકા કરવી વધારે સરળ થઈ જાય છે તેથી જ્યારે પણ તમને લાગે કે તમે વધારે વાતોડિયા થઈ રહ્યા છો, ત્યારે થોડા સજાગ થઈ જાઓ.

***

જ્યારે તમને કશુંક કરવા માટે કહેવામાં આવે ત્યારે પહેલા એ નક્કી કરો કે શું ખરેખર તમે તે કામ કરી શકો છો. જો ન કરી શકો તેમ હો તો શક્ય તેટલી ઝડપથી ના પાડી દો, બરાબર એ જ રીતે જેમ તમે કોઈ રેસ્ટોરાંમાં કશુંક ભોજન માટે મંગાવો છો અને વેઈટર ભૂલથી કોઈ બીજી જ વાનગી લઈ આવે છે, ત્યારે તમે તરત જ તેને પાછી આપી દો છો. જો તમે તેને તાત્કાલિક પરત ન કરો, તો શક્ય છે કે તમારે તેનું બિલ ચૂકવવું પડે. કેટલાક લોકો એવા હોય છે કે તેમની આસપાસ હંમેશા લોકોનું ટોળું

ભેગું થયેલું હોય છે. તેની પાછળ હંમેશા એક કારણ હોય છે. તે જોશ ધરાવતા, ઉત્સાહી અને ઉદાર સ્વભાવના હોય છે. તે પોતાના સમય, ધન અને બીજાની પ્રશંસા કરવાની બાબતમાં ઉદાર હોય છે.

જો તમે માત્ર નિયમ-કાયદા અને સિદ્ધાંતો પર ભાર આપી લોકોનું નેતૃત્વ કરવાનો પ્રયત્ન કરો છો, તો તે એક પછી એક તમને છોડીને ચાલ્યા જશે. એક સારો નેતા આ વાત જાણે છે અને એટલે તે સદગુણ વિકસિત કરવાનો પ્રયત્ન કરતો રહે છે.

***

મહાન કન્ફ્યુશિયસવાદી વિદ્વાન જિયોંગ યાક-યોંગ (1762-1836) ના કહેવા પ્રમાણે, પોતાની સંપત્તિને છુપાવી રાખવાની સૌથી સારી રીત છે, તેને દાન કરી દો. જો તમે પોતાની સંપત્તિ માટે ઉદાર છો, તો તે ધન, જે આજે નહીં તો કાલે પારકાનું થવાનું જ હતું, તે વ્યક્તિના મનમાં એક ચિરસ્થાયી આભૂષણની જેમ અંકિત થઈ જાય છે, જેને તે આપવામાં આવ્યું હોય.

હું જે હવામાં શ્વાસ લઉં છું, તે મારા શરીરમાં પ્રવેશ કરી મારો જ એક હિસ્સો બની જાય છે. હું શ્વાસની સાથે જે હવા છોડું છું, તે કોઈ બીજાની અંદર જઈને તેનો હિસ્સો બની જાય છે.

માત્ર હવાના આ વિચલન પર ધ્યાન આપવાથી જ આપણને એ અનુભૂતિ થઈ જાય છે કે આપણે બધા માત્ર લાક્ષણિક રીતે નહીં બલકે વાસ્તવિક રીતે પણ એકબીજા સાથે જોડાયેલા છીએ.

***

'આપણને ગમે કે ન ગમે, આપણે સહુ એકબીજા સાથે જોડાયેલા છીએ અને એકલા ખુશ રહેવાની કલ્પનાથી પર છીએ.'

-પરમ પાવન દલાઈ લામા*

એક નાનકડા ટિફિનમાં મૂકેલા સફરજનના ટુકડામાં પણ આખું વિશ્વ સમાયેલું હોય છે. સફરજનનું વૃક્ષ, સૂર્યનો પ્રકાશ, વાદળ, વરસાદ, પૃથ્વી, હવા અને એક ખેડૂતની મહેનત, આ બધું જ તેમાં ભળેલું હોય છે. ડિલિવરી ટ્રક, ઈંધણ, બજાર, નાણાં અને સ્ટોરના કાઉન્ટર પર બેઠેલા કર્મચારીનું હાસ્ય, બધું જ તેમાં હોય છે. ફ્રિજ, ચપ્પુ, કટિંગ બોર્ડ, મા નો પ્રેમ, બધું સામેલ હોય છે. આ બ્રહ્માંડની બધી વસ્તુઓ એક-બીજા પર નિર્ભર હોય છે બસ એ વિચાર કરો કે તમારી અંદર શું રહેલું છે. આપણી અંદર આખું બ્રહ્માંડ છે.

(દલાઈ લામાના 11 જુલાઈ 2011ના ટ્વિટ http://twitter.com/DalaiLama/status/90351201736065024 પરથી લેવામાં આવેલું ઉદ્ધરણ)

ક્ષમાની યાત્રા

તે વ્યક્તિ જે તમને છેતરીને ચાલી ગઈ, તે વ્યક્તિ જેણે તમારી પાસેથી કશુંક ચોરી લીધું અને ગાયબ થઈ ગઈ, તે વ્યક્તિ જેણે તમારી પીઠ પર ખંજર ભોંક્યું અને પછી એવું વર્તન કર્યું કે જાણે કશું થયું જ ન હોય – એ બધાને ક્ષમા કરી દો.

તેમને તેમના માટે નહીં પણ પોતાના માટે ક્ષમા કરી દો – સાચા અર્થમાં માત્ર પોતાના માટે. એટલા માટે નહીં કારણ કે તે ક્ષમા કરવા યોગ્ય છે બલકે એટલા માટે કારણ કે તે પણ માણસ છે.

તેમને ક્ષમા કરી દો. જેથી તમે મુક્ત થઈ શકો. જેથી તમે ખુશ રહી શકો. જેથી તમે પોતાનું જીવન જીવતા આગળ વધી શકો.

આ સહેલું નહીં લાગે અને તમને અન્યાયપૂર્ણ પણ લાગશે. બની શકે કે અચાનક તમારા મનમાં ગુસ્સાનો ઊભરો આવી જાય. બની શકે કે, તમારી આંખોમાં કડવાશના આંસુ આવી જાય. પોતાની આ લાગણીઓને આવવા દો અને તે જેવી છે તેવી જ તેને રહેવા દો. તમે સંવેદનશીલ હૃદયના વ્યક્તિ છો. તેમની સાથે સહાનુભૂતિપૂર્ણ વર્તન કરો.

પોતાના આંસુઓને સમ્માનની લાગણીથી જુઓ અને પછી પોતાની જાતને ધીમેથી પૂછો, 'શું હું ભવિષ્યમાં પણ આ આક્રોશને હંમેશા પોતાના મનમાં રાખવા ઈચ્છું છું ? શું હું હંમેશા એક પીડિત તરીકે જીવવા ઈચ્છું છું ?'

જ્યારે તમને લાગે કે તમે તૈયાર છો તો સાહસ એકઠું કરી તમારા મનને તૈયાર કરો. જો કે તમારું મન તમારા મગજના નિર્ણયનો સ્વીકાર નહીં કરે પરંતુ તમે ક્ષમા કરવાનો અને પોતાને ભાવનાત્મક બેડીઓની પકડથી મુક્ત કરવાનો સંકલ્પ કરો.

અને એ પછી પોતાનો ગુસ્સો અને કડવાશની ભાવનાઓ પર ફરીથી

ધ્યાન આપો. તેને વ્યક્ત થવા દો. તમારા શરીરમાં આ ભાવનાઓ કેવી રીતે પ્રગટ થાય છે ? શું તે તમારી માંસપેશીઓમાં તણાવ લાવે છે, તમારા હૃદયના ધબકારા ઝડપી કરી ચહેરાને લાલ કરી નાખે છે ? શું તેનાથી તમને શ્વાસ ચડી જાય છે અને છાતી પર દબાણ વધી જાય છે ?

ઉત્તેજનાની લહેરોને સપાટી પર આવવા દો અને પછી પાછી જવા દો. તમારા શરીરમાં ઊભી થતી ઉત્તેજના પર ધ્યાન આપો.

જ્યારે આ ઉત્તેજક લહેરો થોડી શાંત થઈ જાય ત્યારે ઊંડાણમાં ડોકિયું કરો અને જુઓ કે તેની સપાટી પર શું છે. શું ગુસ્સો અને કડવાશની લાગણીઓ નીચેથી કોઈ છુપાયેલી ભાવનાઓ ડોકિયું કરી રહી છે ?

શું તમને ત્યાં ભય, શરમ કે દુઃખ જેવી લાગણીઓ દેખાય છે ? શું ત્યાં એકલતા અને અસુરક્ષાની ભાવનાઓ પણ છે ? આ નકારાત્મક લાગણીઓના સમુદ્રમાં ડૂબી જવાને બદલે તમારે તેનો અભ્યાસ કરવાનો છે.

જેમ-જેમ તમારું મન વધારે કોમળ બને અને તેમાં વધારે ખુલ્લાપણું આવે તો તમારું ધ્યાન ફરીથી આક્રમક વ્યક્તિ તરફ લઈ જાઓ. શું તમે તેના મુખવટા (મહોરા) ની પાર જોઈ શકો છો અને અનુભવી શકો છો કે તેની હિંસા અને અપ્રામાણિકતાનું કારણ શું છે?

શું તમે તેના ભય, અસુરક્ષા અને અયોગ્યતાને અનુભવી શકો છો ? શું તમને સપાટીની પાછળ છુપાયેલી એકલતા અને શરમ જેવી ભાવનાઓની અનુભૂતિ છે ? તેની સામે આત્મસમર્પણ કરવાને બદલે તેને કરુણાથી જુઓ.

આપણી અંદર ભયનો એક ઊંચો પહાડ અને દુઃખની એક ઊંડી નદી છે. પણ ત્યાં જ એક કરુણામયી દૃષ્ટિ પણ છે, જે તમારા આંતરિક પરિદૃશ્યની સાક્ષી છે. પોતાના આ આંતરિક સાક્ષીને શોધો. તે તમારી સ્વતંત્રતા અને શ્રેષ્ઠતાનો સ્રોત છે.

જ્યારે આપણે કોઈને ઘૃણા કરીએ છીએ ત્યારે તેના વિશે સતત વિચારીએ છીએ. તેને આપણા મનમાંથી કાઢી શકતા નથી, તેને ભૂલી શકતા નથી અને પછી ધીરે-ધીરે તેના જેવું જ વર્તન કરવા માંડીએ છીએ.

આવી વ્યક્તિને પોતાના મનમાં લાંબા સમય સુધી કોઈ ભાડૂઆતની જેમ ન રહેવા દેશો. તેને ક્ષમાની નોટિસ આપી તાત્કાલિક બહાર કાઢો.

***

તમે જેને ઘૃણા કરો છો, શું તે તેને યોગ્ય છે કે તેને હંમેશા તમારા મનમાં રાખવામાં આવે ? પોતાના મનમાં માત્ર તેને જ સ્થાન આપો, જે તમને પ્રેમ કરે છે. જો તમે તેને પોતાના મનમાં સ્થાન આપશો, જેના પ્રત્યે તમને ઘૃણા છે, તો તેનાથી તમારી અંદર માત્ર ગુસ્સો અને અવસાદ જ પેદા થશે.

***

તમારા સંબંધોમાં એ માનીને ચાલો કે જેટલું તમને મળશે, તેનાથી વધારે તમારે આપવું પડશે. આપણે બીજા માટે જે કંઈ કરીએ છીએ, તે તો આપણને સારી રીતે યાદ રહે છે, પણ બીજાએ આપણા માટે શું કર્યું છે, તેને આપણે ખૂબ સરળતાથી ભૂલી જઈએ છીએ. ભલે તમને લાગે કે તમને સામેની વ્યક્તિ પાસેથી વધારે મળવું જોઈએ, પણ વધારે શક્યતા એ વાતની છે કે તમે જેટલું આપ્યું હતું, લગભગ તેના જેટલું જ તમને મળી ચૂક્યું છે.

જ્યારે લોકો જુએ છે કે હું એક બૌદ્ધ ભિક્ષુ છું, ત્યારે તે હાથ જોડીને મારું અભિવાદન કરે છે અને જવાબમાં હું પણ અજાણતા જ મારા હાથ જોડી દઉં છું. એ જ રીતે કેટલાક લોકો મને જોતાંની સાથે જ માથું નમાવે છે, જવાબમાં હું પણ અજાણતા જ મારું માથું નમાવી દઉં છું.

મનુષ્ય દર્પણ જેવા હોય છે,

આપણે એકબીજાના જ પ્રતિબિંબ છીએ.

જ્યારે એક સમજદાર વ્યક્તિ બીજા પાસે કશું ઈચ્છે છે, ત્યારે પહેલા પોતે એ જ કરે છે, જે તે બીજા પાસેથી ઈચ્છે છે. એટલે કે બીજા પાસેથી માંગવાને બદલે તેમની સામે ઉદાહરણ રજૂ કરે છે.

જો તમે ઈચ્છો છો કે તમારો મિત્ર તમારો જન્મદિવસ યાદ રાખે, તો પહેલા તમે તેનો જન્મદિવસ યાદ રાખો. જો તમે ઈચ્છો છો કે તમારો પતિ તમને માલિશ કરી આપે, તો પહેલા તમે તેને માલિશ કરી આપો. જો તમે ઈચ્છો છો કે તમારા બાળકો વધારે ટેલિવિઝન ન જુએ તો પહેલા તમારે પોતે ટેલિવિઝન જોવાનું બંધ કરવું પડશે.

તમે જે જોવા ઈચ્છો છો, તેની રાહ ન જોશો. પહેલા સ્વયં કર્મ કરો.

***

જ્યારે એક સમજદાર વ્યક્તિ પર હુમલો થાય છે, ત્યારે તે હુમલાથી બચવા માટે પોતાનું માથું ઝુકાવી લે છે. તેના બદલે જો તે પણ જવાબી હુમલો કરવા માંડે, કારણ કે તેના પર હુમલો થયો છે તો તેને હુમલાખોર તરીકે જોવામાં આવશે. અને તે લોકોની સહાનુભૂતિ નહીં મેળવી શકે. જો કે આ અન્યાયપૂર્ણ લાગી શકે છે, પણ ગુસ્સામાં પ્રતિક્રિયા આપવાનું ટાળવું એ ચરિત્રની મજબૂતી દર્શાવે છે.

લોકો નાની-નાની ભાવનાત્મક વાતોથી ઉદાસ થઈ જાય છે, અને પછી કોઈ તાર્કિક જણાતા બહાનાથી સામેની વ્યક્તિ પર હુમલો કરે છે, જેનો વાસ્તવમાં તેની સાથે કોઈ સંબંધ નથી હોતો.

***

જ્યારે તમે ઝૂકો છો ત્યારે દુનિયા તમને ઊંચા ઉઠાવી દે છે. જ્યારે તમે પોતાને ઊંચા ઉઠાવો છો, દુનિયા તમને ઝૂકાવી દે છે. જ્યારે તમે પ્રબુદ્ધતાના શિખર પર પહોંચશો, તો સમજી જશો કે તમારા શિખરની ઊંચાઈ પણ એટલી જ છે, જેટલી તમારી બાજુમાં રહેલી વ્યક્તિના શિખરની. શિખર પર તમે બધાને પવિત્રતાથી જોઈ શકશો.

***

જો તમારે કોઈ ને કોઈ સાથે ઝઘડો થતો રહે છે, તો બની શકે કે આ રીતે દુનિયા તમને કહેવા ઈચ્છતી હોય કે તમે પોતાને જરા નજીકથી જુઓ. જો તમને કોઈ વ્યક્તિ ન ગમતી હોય તો એ જાણવાનો પ્રયત્ન કરો કે તેની એવી કઈ બાબત છે, જે તમને ગમતી નથી, પછી જુઓ કે શું તમારી અંદર પણ એ જ દોષ છે.

જે દોષ તમને તરત જ બીજામાં દેખાઈ જાય છે કદાચ તમારી અંદર પણ એ જ દોષ છે. જો તમારામાં તે દોષ ન હોત, તો તમે બીજામાં તાત્કાલિક તે દોષને જોઈ ન શકતા.

***

કોઈપણ વ્યક્તિ પોતે સારી કે ખરાબ નથી હોતી. માત્ર એ પરિસ્થિતિઓ સારી કે ખરાબ હોય છે, જેની વચ્ચે એ વ્યક્તિ સાથે આપણો સામનો થાય છે. જો એક અપરાધી મને તીવ્ર ગતિથી આવી રહેલી કોઈ કાર સાથે અથડાતાં બચાવે છે તો તે મારા માટે ઈશ્વર દ્વારા મોકલાવાયેલ દેવદૂત જ હશે. ત્યાં મેટ્રો ટ્રેનમાં મને ઠોકર મારનાર ભલે નોબેલ શાંતિ પુરસ્કાર વિજેતા હોય, મારા માટે તે એક લફંગો જ હશે.

સાત-આઠ લોકોના કોઈ કાર્યક્રમમાં આપણને એક-બે વ્યક્તિ એવી ચોક્કસ મળી જશે, જેને આપણે ખૂબ ગમી જઈશું. ત્યાં એકાદ-બે લોકો એવા પણ હશે, જે આપણને પસંદ ન કરે. તેને વ્યક્તિગત ધોરણે ન લેશો. દુનિયા એવી જ છે.

***

લોકો જે પણ વિચાર ધરાવતા હોય, તેમને પોતાના મન પ્રમાણે વિચાર કરવાનો અધિકાર છે. સમસ્યા ત્યારે આવે છે, જ્યારે તમે તેમનું વલણ બદલવા ઈચ્છો છો. એવું કરવું માત્ર અશક્ય અને નિરર્થક છે એટલું જ નહીં બલકે અનાવશ્યક પણ છે. જો દરેક વ્યક્તિ બિલકુલ એકસરખું જ વિચારતી, તો દુનિયા કેટલી નીરસ હોત ? જ્યારે તમે બીજાને આઝાદી આપો છો, તો તમને પણ આઝાદી મળી જાય છે.

***

એક ડિઝાઈનર બેગ લઈને ચાલવાનો શું ફાયદો, જો વ્યક્તિનો વ્યવહાર તેના બેગ જેટલો સુંદર ન હોય ?

તમે તમારા જીવનસાથીને, તમારા બાળકો કે મિત્રોને, જેટલો બદલવાનો પ્રયત્ન કરો છો, તેમની સાથે તમારા સંબંધ એટલા જ મુશ્કેલ અને તણાવપૂર્ણ થઈ જાય છે. જ્યાં સુધી લોકોને ભારે મુશ્કેલી ન ઉઠાવવી પડે અથવા જ્યાં સુધી તેમને કોઈ જીવન બદલી નાખતો અનુભવ નહીં થાય, ત્યાં સુધી તે સરળતાથી બદલાતા નથી.

એકવાર એક બૌદ્ધ ગુરુએ મને કહ્યું હતું કે વિશ્વમાં બે પ્રકારના સંતાનો હોય છે – એક જે પોતાના માતા-પિતાની દયાનું ઋણ ચૂકવવા જન્મે છે અને બીજા એ, જે પોતાના માતા-પિતા પાસે જે કંઈ પણ છે, માત્ર તેને લઈ લેવા માટે જન્મે છે.

પોતાની જાતને પૂછો –

તમે કેવા પ્રકારનું સંતાન છો ?

જ્યારે તમને લાગે કે તમારા જીવનસાથીમાં કોઈ પરિવર્તન આવી શકે તેમ નથી, અને તમને એ ચિંતા થાય કે આખરે આ સ્થિતિમાં તમે તેની સાથે પોતાની બાકીની જિંદગી કેવી રીતે વીતાવશો, ત્યારે પોતાની જાતને પૂછો – શું હું પોતે મારા જીવનસાથીની દૃષ્ટિએ સંપૂર્ણ છું ?

***

જ્યારે તમારે સંબંધોમાં સમસ્યાઓનો સામનો કરવો પડે, ત્યારે યાદ રાખો કે જો તમે તમારી શરૂઆત આ વાતથી કરશો કે 'તે મને સમજતો કેમ નથી ?' અથવા 'હું તેને જે કહું છું તે કરતો કેમ નથી ?' તો તે સમસ્યાઓનો ઉકેલ ક્યારેય નહીં આવે. આવું એટલા માટે કારણ કે આ દૃષ્ટિકોણ એવો છે, જે વાતની શરૂઆત પોતાની માંગ મૂકીને કરે છે.

તેના બદલે તેને એમ પૂછીને શરૂઆત કરો, 'એવું શું છે, જેનાથી તે દુઃખી રહે છે અને તેને લાગે છે કે તેને ખોટો સમજવામાં આવે છે?' અથવા 'ભૂતકાળનો એવો ક્યો અનુભવ છે જે તેને આવી પ્રતિક્રિયાઓ આપવા માટે પ્રેરિત કરી રહ્યો છે?' જ્યારે તમે સામેની વ્યક્તિને સમજવાની ઈચ્છાથી વાત શરૂ કરો છો, ત્યારે તમારું મન તમારા વિચારોની કેદમાંથી આઝાદ થઈ જાય છે, અને સામેની વ્યક્તિની તકલીફ અનુભવવા માટે તૈયાર થઈ જાય છે.

જે લોકો ખૂબ સહેલાઈથી બીજાને વણજોયા કરે કે ટાળી દે છે, તે આવું એટલા માટે કરે છે કારણ કે તેમને પોતાને વણજોયા રહેવાનો કે બીજા દ્વારા ટાળી દેવાશે તેવો ભય હોય છે.

***

શું તમે તમારા મિત્ર પર ભરોસો મૂકી શકતા નથી ? કારણ કે તમે સારી રીતે જાણો છો કે આવી જ પરિસ્થિતિમાં તમે પણ જૂઠું બોલવામાં પૂર્ણપણે સક્ષમ છો.

***

જે બાબતથી આપણને ખરેખર આનંદ મળે છે, તે છે કોઈ એવી વ્યક્તિને મળવું, જે આપણને આપણે જેવા હોઈએ તેવા સ્વીકારી લે. જ્યારે આપણને એ વિશ્વાસ અપાવવામાં આવે છે કે આપણી સાથે કશુંક ખોટું થાય છે અથવા આપણી અંદર કોઈ ખામી છે ત્યારે આપણે જીવનમાં સફળ હોવા છતાં પોતાને અયોગ્ય અને અસુરક્ષિત અનુભવીએ છીએ.

કેટલાક મનોવૈજ્ઞાનિકો પ્રમાણે કોઈના આનંદનું આકલન બે સરળ પ્રશ્નોના માધ્યમથી કરી શકાય છે. પહેલું, શું તમને પોતાનું કામ સાર્થક લાગે છે? અને બીજું, શું તમારા આસપાસના લોકો સાથે તમારે સારા સંબંધ છે?

***

શું તમે એકલા હોવાને કારણે એકાકીપણું અનુભવો છો?

તલમુદ અનુસાર ઘાસના દરેક કણમાં એક દેવદૂત હોય છે, જે તેનું રક્ષણ કરે છે. તે દેવદૂત દરેક ઘાસના કણને ગણગણીને કહ્યા કરે છે કે 'વધારે વિકસો ! વધારે વિકસો!'

જો ઘાસના એક નાનકડા કણમાં દેવદૂત હોઈ શકે છે, તો શું આપણા સૌની અંદર તે નહીં હોય ? જો તમે એકલતા અનુભવો છો, તો જરા પોતાના ખભા પર બેઠેલા દેવદૂત વિશે વિચારો અને એ વાત માટે આભારી રહો કે તમારી પરવા કરવામાં આવે છે.

એક મચ્છર છેલ્લા બે દિવસથી મારા ઓરડામાં રહે છે પણ તે હજુ સુધી મને કરડ્યો નથી. સારું તો પછી ચાલો આપણે સાથે જ રહીએ. આપણી વચ્ચે એક કાર્મિક નિકટતા ચોક્કસ છે.

***

આપણા જીવનમાં અગણિત સંબંધો હોય છે – કુટુંબ, મિત્ર, સહકર્મી, પાડોશી વગેરે જ્યારે આ સંબંધો સારા ચાલે છે ત્યારે જીવન પણ સારું રહે છે એકલા, પોતાની જાત સાથે ખુશ રહેવું વધારે દિવસો સુધી શક્ય બનતું નથી.

***

આધ્યાત્મિક સાધકો માટે સંબંધો નિર્ણાયક પરીક્ષા જેવા હોય છે. ભલે તમે પોતાની પ્રબુદ્ધ પ્રકૃતિ પ્રત્યે જાગ્રત થઈ ગયા હો, પણ જો તમે બીજાની સાથે સદભાવપૂર્વક રહેતા નથી, તો તેનો અર્થ એ છે કે હજુ તમારી આધ્યાત્મિક યાત્રા પૂરી થઈ નથી.

પ્રકરણ - 5

પ્રેમ

પ્રથમ પ્રેમ

મેરી, આપણી વચ્ચે એક અજ્ઞાત ઈશ્વર છે

-કે. ખલીલ જિબ્રાન*

જ્યારે પહેલી વાર ખલીલ જિબ્રાનના પુસ્તકો મેં હાથમાં લીધા ત્યારે હું દસમા ધોરણમાં હતો. તે કોણ હતા અને ક્યાંના હતા એ જાણ્યા વિના જ હું તેમના લખેલા શબ્દોના સમુદ્રમાં ડૂબકી મારવા માંડ્યો. મેં અત્યાર સુધી પ્રેમની મીઠાશ કે જીવનની કડવાશનો સ્વાદ ચાખ્યો નહોતો છતાં પણ તેમની પ્રેમ કવિતાઓ અને આધ્યાત્મિક વાતોએ મને મંત્રમુગ્ધ કરી દીધો. કદાચ તેમની કવિતાઓએ જ મને સૌથી પહેલા પોતાની અંદર કોઈ એવી બાબત સાથે રૂબરૂ કરાવ્યો જે અતુલનીય રીતે સુંદર અને પવિત્ર હતી. જ્યારે મેં તેમના બે પુસ્તકો, 'ધ પ્રોફિટ' અને 'જિસસ ધ સન ઓફ મેન' વાંચ્યા ત્યારે મેં જિસસ પ્રત્યે ગહન શ્રદ્ધા અને આત્મીયતાની ભાવના અનુભવી કારણ કે એ અગાઉ મેં માત્ર સારપ અને ખરાબી વિશે નીરસ અને નૈતિકતાવાદી ખ્રિસ્તી શિક્ષણ આપનારા પુસ્તકો જ વાંચ્યા હતા.

જો કે જિબ્રાન અને મેરી હસ્કેલના પ્રેમપત્ર, જે જિબ્રાનની નજીકની મિત્ર અને આધ્યાત્મિક સાથી હતી, તે આના કરતાં પણ વધારે આકર્ષક હતા. આ પત્રોએ મારા અનુભવહીન કિશોર મનને સાચા પ્રેમની લાલસાથી ભરી દીધો. મેં મારા હાઈસ્કૂલના કાળની ઘણી લાંબી રાતો જિબ્રાનની કવિતાઓ વાંચતા વીતાવી. મને હજુ પણ યાદ છે કે કેવી રીતે જિબ્રાને

*વર્જીનિયા હિલૂ, સંપાદક અને અરેંજર, બિલવ્ડ પ્રોફેટ-ધ લવ લેટર્સ ઓફ ખલીલ જિબ્રાન એન્ડ મેરી હસ્કેલ એન્ડ હર પ્રાઈવેટ જર્નલ (ન્યૂયોર્ક – અલ્ફ્રેડ એ.નોફ 1972)

એક સરળ પરંતુ સુંદર વાક્યથી પોતાના પ્રેમનું વર્ણન કર્યું હતું, જે કંઈક આ રીતે હતું –

પ્રેમ દર્શાવવા પાછળ જે મહાન બાબત છુપાયેલી હોય છે,
તેની તુલનામાં પ્રેમ દર્શાવવો ખૂબ તુચ્છ હોય છે.

જિબ્રાનના નાજુક મિજાજ અને તેમની ભાષાએ મને ખૂબ ઊંડાણથી પ્રભાવિત કર્યો. ભલે મને ક્યારેય પ્રેમ થયો નહોતો પણ તેમના શબ્દ મારા મનમાં એવી રીતે ઉતર્યા જાણે હું સ્વયં પ્રેમનો અનુભવ કરી રહ્યો છું.

જ્યારે પ્રેમ તને પોતાની તરફ બોલાવે, ત્યારે તેની પાછળ ચાલ્યો જજે,
જો કે તેના માર્ગ મુશ્કેલ અને દુર્ગમ હોય છે.
અને જ્યારે તેની પાંખો તને આવરી લે ત્યારે તેના માટે સમર્પિત થઈ જજે,
જો કે તેની મ્યાનમાં છુપાયેલી તલવાર તને ઘાયલ કરી શકે છે.*

મેં મારી જાતને વચન આપ્યું કે જ્યારે મને પ્રેમ થશે ત્યારે હું પણ કોઈ આકલન કે ડર વિના સ્વયંને તેના માટે પૂર્ણપણે સમર્પિત કરી દઈશ, ભલે તેની પાછળ ઊંડી પીડાની શક્યતા છુપાયેલી હોય. પણ જેમ બધા જાણે છે કે માત્ર તમારા ઈચ્છવા માત્રથી કે માની લેવાથી કે હું પ્રેમ માટે તૈયાર છું, તમને પ્રેમ મળી જતો નથી. અસલમાં એવું લાગે છે કે પ્રેમની પ્રકૃતિ ખૂબ માયાવી હોય છે, તમે જેટલો તેને પામવાનો પ્રયત્ન કરો છો, તે તમારાથી એટલો જ દૂર રહે છે.

કેટલાક વર્ષો પછી એક દિવસ સવારમાં ઉઠતાંની સાથે જ મેં અનુભવ્યું કે આટલા લાંબા સમયથી મને જે પ્રેમની શોધ હતી, તે આખરે મને મળી ગયો છે. આ એવું હતું, જાણે મારી ઈચ્છા કે તત્પરતાની પરવા કર્યા વિના અચાનક કોઈ વણબોલાવ્યા મહેમાન આવીને સીધા મારા મનમાં વસી ગયા હોય. એક ભિક્ષુ કે સંન્યાસી માટે પોતાના પહેલા પ્રેમ વિશે વાત કરવી ખૂબ સંકોચભર્યું હોય છે, પણ તે એક અમેરિકી મિશનરી હતી, જેની સાથે

---

*જિબ્રાન, ધ પ્રોફેટ

સંયોગથી મારી મુલાકાત સિયોલના માર્ગ પર થઈ હતી. મને ધર્મ અને આધ્યાત્મિકતામાં રસ હતો એટલે અમે એકબીજા સાથે ઘણી બધી વાતો કરી શકતા હતા. તેણે મને અને મારા મિત્રોને અંગ્રેજી શીખવ્યું અને અમે તેને કોરિયાઈ ભાષા શીખવવામાં મદદ કરી. જો કે તે ઉંમરમાં મારાથી થોડા વર્ષ મોટી હતી પણ ધર્મ અને ભાષાઓથી પર, અમારી ઘણી રુચિઓ એકસરખી હતી.

અમને બંનેને જોર્જ વિંસ્ટનનું મ્યુઝિક, લ્યૂક બેસનની ફિલ્મો અને લે મિઝરેબલ્સ જેવી મ્યુઝિકલ ફિલ્મો ગમતી હતી. મેં તેને મિક્સટેપ્સ બનાવી આપ્યા અને તેણે મને કુકીઝ તેમજ પાઈ બનાવીને ખવડાવી. જો કે મને તેની સાથે વધારે રહેવાની તક ન મળી પણ હું તેને મળવાની રાહ જોતો રહેતો પછી ભલે તે મુલાકાત કોલેજમાં ક્લાસ દરમિયાન જ કેમ ન હોય. થોડા સમયમાં જ મેં અનુભવ્યું કે આની પાછળ માત્ર યુવાવસ્થામાં થનારું આકર્ષણ માત્ર નહોતું, આ પ્રેમ હતો.

પણ શું આ પ્રેમ ક્યારેય સાકાર થઈ શક્યો ? જો કે તેના નસીબમાં માત્ર એકતરફી પ્રેમ થવાનું જ લખેલું હતું. તેની દૃષ્ટિએ હું માત્ર એક હાઈસ્કૂલનો વિદ્યાર્થી હતો. તેને છ મહિના પછી ફરીથી પોતાના વર્ષો જૂના પ્રેમીની પાસે યુએસએ પાછા ફરવાનું હતું. એ નક્કી હતું કે મારો આ પ્રેમ સાકાર નહીં થાય, પણ હું જે અનુભવી રહ્યો હતો, તે માટે હું કશું જ કરી શકતો નહોતો. જ્યારે તમને પ્રેમ થાય છે, ત્યારે તમે તેમાં ડૂબી જાઓ છો અને બાકી કશું જ મહત્ત્વનું નથી રહેતું. મારા મનમાં આખો દિવસ તેના જ વિચાર આવતા અને મારું મન તેના માટે પૂર્ણપણે ખુલ્લું અને નબળું હતું. દરેક વસ્તુ પહેલા કરતા ક્યાંય વધારે જીવંત અને સાર્થક લાગવા માંડી હતી. જ્યારે હું તેના વિશે વિચારતો ત્યારે મને એટલો આનંદ થતો, જાણે હું તેની સાથે વિશ્વના સૌથી ઊંચા શિખર તરફ ઊડાન ભરતો હોઉં. પણ જેમ-જેમ તેની પાછા ફરવાની તારીખ નજીક આવી રહી હતી, મને અસહનીય દુઃખનો અનુભવ થઈ રહ્યો હતો. હું ખૂબ ખુશ હતો અને સાથે જ ખૂબ દુઃખી પણ.

તેના યુએસએ પાછા જવાના બે અઠવાડિયા પહેલા મેં અનુભવ્યું કે મારો સ્વાર્થ ધીરે-ધીરે ઓછો થઈ રહ્યો છે. મારા માટે તેના કરતાં વધારે મહત્ત્વનું બીજું કશું જ નહોતું. આ એવું હતું, જાણે મારું અસ્તિત્વ દુનિયામાંથી વિલીન થતું જતું હોય અને મારી પાછળ આ દુનિયામાં માત્ર એ જ બચી

હોય – જાણે વિશ્વની દરેક વસ્તુ તેનાથી જ પ્રગટ થઈ હોય. આ એ જ સમય હતો, જ્યારે મને આખરે સમજાયું કે જિબ્રાનની આ વાતનો અર્થ શું હતો કે 'તેમના અને મેરી વચ્ચે એક અજ્ઞાત ઈશ્વર હતો.' પ્રેમ એટલો પવિત્ર અને રહસ્યમય પ્રતીત થતો હતો જાણે સ્વયં ઈશ્વરે કર્યો હોય અને જે આપણા બંને કરતા ક્યાંય વધારે શક્તિશાળી અને મહત્ત્વપૂર્ણ હોય. જિબ્રાનના બધા શબ્દોએ નવા અર્થ ગ્રહણ કરી લીધા. હવે મને આખી દુનિયા ઘણી જ અલગ દેખાતી હતી.

યુએસએ પાછા ગયાના ત્રણ વર્ષ પછી તેણે મારો સંપર્ક કર્યો અને જણાવ્યું કે આખરે તે પોતાના પ્રેમી સાથે લગ્ન કરી રહી છે. તે સમયે હું કેલિફોર્નિયામાં કોલેજનો અભ્યાસ કરી રહ્યો હતો. હું તેની પાસે જઈને તેને અભિનંદન આપવા ઈચ્છતો હતો. પણ મારી પાસે ત્યાં જવા માટે વિમાનયાત્રા પૂરતા પૈસા નહોતા અને સમય પણ નહોતો. જો કે જે બાબતે ખરેખર મને તેના લગ્નમાં સામેલ થતા અટકાવ્યો હતો, તે મારો એ ડર હતો કે તેને કોઈ બીજા સાથે લગ્ન કરતા જોવાનું મારા માટે ખૂબ તકલીફભર્યું હશે. મેં તેને શુભકામનાઓ આપતા એક નાનાકડી ભેટની સાથે માત્ર એક પત્ર જ મોકલ્યો હતો. તેના બે વર્ષ પછી હું કોલેજમાંથી સ્નાતક થઈ ગયો અને એક મિત્રની સાથે દેશભરની યાત્રા કરવા નીકળી ગયો. જ્યારે અમે તેના ગામ સાથેથી પસાર થયા ત્યારે મેં તેને ફોન કરીને પૂછ્યું કે શું તે મારી સાથે એક કપ કોફી પીવા ઈચ્છશે. તે મને મળવા માટે ઉત્સાહિત હતી અને અમે કોરિયામાં સાથે વીતાવેલા સમયની યાદોને વાગોળી. તેનો પતિ તેની સાથે આવ્યો હતો અને મને ખૂબ પ્રેમથી, ઉત્સાહથી મળ્યો. તે પણ તેની પત્નીની જેમ જ એક સજ્જન વ્યક્તિ હતો.

*

કોલેજ પછી હું કૈમ્બ્રિજ, મેસાચ્યુસેટસમાં રહ્યો, જ્યાં હું માસ્ટર્સનો અભ્યાસ કરતો હતો. હું હંમેશા બોસ્ટનના સાઉથ એન્ડ વિસ્તારમાં ફરવા જતો હતો, જ્યાં ઓગણીસમી સદીના અંતમાં જિબ્રાનનો પરિવાર લેબનોનના પ્રવાસી તરીકે રહેવા આવ્યો હતો – એ સમયે સાઉથ એન્ડ બોસ્ટનની સૌથી મોટી ઝૂંપડપટ્ટીમાંથી એક હતી જ્યાં મોટાભાગના સીરિયાઈ અને લેબનોની પ્રવાસી રહેતા હતા. જો કે આજે આ એક સુંદર વિસ્તાર છે, જ્યાં ન્યૂ-ઈંગ્લેન્ડ જેવી લાલ ઈંટની ઈમારતો આવેલી છે. જિબ્રાન ત્યાં જ ઉછર્યા. જ્યાં તે પોતાની મા અને ભાઈ-બહેનો સાથે રહેતા હતા અને

શાળામાં અંગ્રેજી શીખતા હતા. તેમણે આર્ટ સ્કૂલમાં પ્રવેશ લીધો અને એક પ્રતિભાશાળી કલાકાર તરીકે ખીલ્યા. 1904માં તેમના પહેલા પ્રદર્શનનું આયોજન થયું અને મેરી હસ્કેલ – જે ઉંમરમાં તેમનાથી દસ વર્ષ મોટી હતી – મેરી તેમની કલાની અનુયાયી બની ગઈ, જિબ્રાન જ્યાં સુધી જીવતા રહ્યા, મેરી તેમની સંરક્ષક બની રહી. જિબ્રાન તેમને પ્રેમ અને જીવન વિશે અંતદૃષ્ટિઓથી ભરેલા પત્રો મોકલતા રહેતા હતા અને તે પત્ર, જે મારા કિશોર મનના ઊંડાણમાં વસેલા હતા, આજે પણ મારી સાથે છે.

> અને જ્યારે તે તારી સાથે વાતો કરે ત્યારે તેના પર વિશ્વાસ
> કરજે,
> જો કે તેનો અવાજ તારા સ્વપ્નોને એવી જ રીતે ચકનાચૂર
> કરી શકે છે,
> જે રીતે ઉત્તર દિશામાંથી આવનારી તીવ્ર હવાનું તોફાન
> બગીચાને બરબાદ કરી નાખે છે.
> જે રીતે પ્રેમ તારા માથાનો મુગટ બને છે
> એ જ રીતે તે તમને શૂળી પર ચઢાવી દે છે.*

હસ્કેલે આખરે બોસ્ટન છોડી દીધું અને દક્ષિણ તરફ ચાલી ગઈ. ત્રણ વર્ષ પછી તેણે જિબ્રાનને પત્ર લખ્યો અને જણાવ્યું કે તે લગ્ન કરી રહી છે – બરાબર એ જ રીતે જેમ મારા પહેલા પ્રેમે દક્ષિણમાં વસ્યાના ત્રણ વર્ષ પછી પત્ર લખીને મને પોતાના લગ્ન વિશે જણાવ્યું હતું. મારા અને જિબ્રાનના જીવનની આ સમાનતાને કારણે મને તેમની હજુ વધારે નજીક હોવાની અનુભૂતિ થઈ, સાથે જ તેમની કલમ મને હજુ વધારે ખાસ લાગવા માંડી. આજે જ્યારે હું મારા પહેલા પ્રેમ વિશે વિચારું છું ત્યારે મને દુઃખ નથી થતું. જો કે તે સમયે મારું મન ખૂબ તકલીફમાં હતું. પણ તે ભાવનાઓ ઘણા સમય પહેલા જ વિલીન થઈ ચૂકી છે અને તેની જગ્યા એક ગહન આભારની ભાવનાએ લઈ લીધી છે. હું મારા પહેલા પ્રેમનો, જિબ્રાનનો અને આ બ્રહ્માંડનો આભારી છું, જેમણે પ્રેમ અને સમર્પણના ચમત્કારથી અને ખરેખર જીવિત હોવાની ભાવના સાથે મારો પરિચય કરાવ્યો, લુપ્ત થતા અહંકારનો અનુભવ આપ્યો અને અનંત અર્થોના એક આખા વિશ્વ અને ઈશ્વરની ઝલક દાખવી.

---

*જિબ્રાન, ધ પ્રોફેટ

જો તમે પ્રેમની શોધ એટલા માટે કરો છો જેથી તમે તે પામી શકો જે તમને પ્રેમથી મળી શકે છે તો તે ક્યાંક છુપાઈ જશે. જો તમે પ્રેમને નજીક બોલાવો છો કારણ કે તમે તેના માટે તૈયાર છો તો તે તમારો ઊંબરો ઓળંગી આગળ વધી જશે.

પ્રેમ એક બિનઆમંત્રિત મહેમાન જેવો હોય છે. પ્રેમ તમારી પાસે ત્યારે જ આવશે, જ્યારે તેની મરજી હશે. જ્યારે તમે વધારે પ્રેમની માંગ કરશો તો તે તમને છોડીને ચાલ્યો જશે.

***

જો તમે એવા પ્રેમની શોધમાં છો, જે કેટલાક માપદંડોને પૂર્ણ કરતો હોય, તો તમારો નવોસવો પ્રેમ પણ તમારી પાસે કશું માંગી શકે છે. એટલે જ્યારે પ્રેમ તમારા દરવાજા પર ટકોરા મારે ત્યારે પોતાની માંગણીઓને તાત્કાલિક ત્યાગી દો.

***

પ્રેમ હૂંફાળો અને મુક્ત હોય છે તે કોઈ નાના બાળકની જેમ માસૂમ હોય છે તેનો કોઈ છૂપો એજન્ડા નથી હોતો.

આપણે કોઈ વ્યક્તિની કેટલા નજીક છીએ, તેનું નિર્ધારણ એમ પૂછીને કરી શકાય કે ‘શું હું એ વ્યક્તિની સામે કોઈ બાળક જેવું વર્તન કરી શકું છું?’ જ્યારે આપણે કોઈને પ્રેમ કરીએ છીએ ત્યારે પોતાના મનમાં કોઈ નાના બાળક જેવી અનુભૂતિ કરીએ છીએ.

***

જ્યારે મેં શિક્ષક તરીકે મારી પહેલી નોકરી શોધવાની શરૂ કરી, ત્યારે મને લાગ્યું કે આ બિલકુલ કોઈ ડેટ પર જવા જેવું છે. બની શકે કે તે મને ગમી જાય, પણ હું તેને પસંદ ન પડું. અથવા બની શકે કે તેને હું તો ગમી જાઉં, પણ તે મને પસંદ ન પડે.

***

કશુંક સ્વાદિષ્ટ રાંધવા માટે ખાદ્ય સામગ્રીને મેરિનેટ કરવાનો સમય જરૂરી હોય છે. એક સ્થાયી સંબંધ બનાવવા માટે તમારે એકબીજા પર વિશ્વાસ વિકસિત કરવાનો સમય જરૂરી હોય છે.

***

જ્યારે તમે કોઈને ડેટ કરી રહ્યા હો તો પોતાના ઉત્સાહને નિયંત્રણમાં રાખો. તમે પૂછી શકો છો કે 'પોતાની સાચી ભાવનાઓ વ્યક્ત કરવામાં ખોટું શું છે? હું તેને એક ભેટ આપીને એવું કેમ પૂછી શકતો નથી કે મને તેના પ્રત્યે પ્રેમ છે? તમારા શબ્દ અને ભેટ તેના માટે ત્યારે વધારે મહત્ત્વના હશેજ્યારે તે તેના માટે તૈયાર હશે. તેને પ્રેમ કરો, તમારી લાગણીઓને નહીં.

***

પ્રેમ સંતુલિત હોવો જોઈએ. તે તમને જેટલા પસંદ કરે છે, જો તમે તેને તેનાથી વધારે પસંદ કરો છો, તો તેને પોતાની બરોબરી સુધી આવવાની તક આપો. જ્યાં સુધી તમારી અને તેની ભાવનાઓ વચ્ચે સંતુલન ન હોય, ત્યાં સુધી પોતાની ભાવનાઓ વ્યક્ત ન કરો તે જરૂરી છે.

***

'હૈમિન સુનિમ, હું તેનાથી ખૂબ નારાજ હતી. શરૂઆતમાં મને લાગ્યું કે આવું એટલા માટે છે કારણ કે હું તેને પસંદ કરતી નથી. પછી મને અનુભૂતિ થઈ કે આવું એટલા માટે છે કારણ કે મને તેનામાં કોઈ રસ નથી.' કોઈ વાત વિના નારાજગી વ્યક્ત કરવી, કોઈ એવી વ્યક્તિની અભિવ્યક્તિ પણ હોઈ શકે છે જે તમારા પર મોહિત હોય

પ્રાઈમરી સ્કૂલમાં મારી મુલાકાત એક ઊંચી છોકરી સાથે થઈ જે મારી મજાક ઉડાવતી હતી. પાછળથી મને જાણવા મળ્યું કે તે મારું ધ્યાન આકર્ષિત કરવા માટે એવું કરતી હતી. માનવીય મનોવિજ્ઞાનની જટિલતા અંગે આ મારી પહેલી અંતદૃષ્ટિ હતી.

***

સૌથી ખરાબ ભાવનાઓ પૈકીની એક છે, એમ માની લેવું કે તમારા અસ્તિત્વનો કોઈ અર્થ નથી, જરા પોતાની ચારેય તરફ એક નજર નાખો. શું તમે જાણી જોઈને કે અજાણતા કોઈને નજરઅંદાજ કર્યા છે ?

***

જેણે આપણને પીડા પહોંચાડી હોય તેના વિશે આપણે માત્ર ત્યારે જ વિચારીએ છીએ અને ત્યારે સાચો પસ્તાવો અનુભવીએ છીએ જ્યારે કોઈ આપણને પીડા પહોંચાડે છે.

જ્યારે કોઈ સંબંધનો અંત આવે છે ત્યારે આપણને સમજાય છે કે આપણે કઈ માટીના બનેલા છીએ. પોતાનો ગુસ્સા અને પોતાની જીદથી માત્ર એક પગલું દૂર જઈને જુઓ. આ એક પગલું એ દસ પગલાં કરતાં ક્યાંય વધારે મહત્ત્વનું છે, જેને તમે ત્યારે ઉઠાવો છો, જ્યારે બધું બિલકુલ સારું ચાલી રહ્યું હોય. આનાથી તમારી તકલીફ ઓછી થશે અને તમે ગાંડપણથી બચી જશો.

***

હૃદય હંમેશા મગજ કરતા ધીમે ચાલે છે. તમારું મગજ જાણે છે કે તમારે તમારા માર્ગ અલગ કરી નાખવા જોઈએ પણ તમારું હૃદય એવું નથી ઈચ્છતું. એવું એટલા માટે થાય છે કારણ કે તમારી ભાવનાઓ તમારા હૃદયના એક ઊંડા ખૂણામાં વસેલી હોય છે.

ઘણા દિવસોની નિરાશા પછી એક દિવસ જ્યારે તમારો સાથી તમને અંતિમ ઝટકો આપે છે. ત્યારે આખરે તમારું હૃદય બુઝાઈ જાય છે.

વૃક્ષ પરથી તૂટી પડેલા ગિંક્ગો નટ્સ નકામા સંબંધો જેવા હોય છે વૃક્ષની ડાળી પર લાગેલા નટ્સ ખૂબ સારા લાગે છે અને જમીન પર પડીને પગ દ્વારા કચડાઈ ગયા પછી તેમાંથી એક દુર્ગંધ આવવા લાગે છે. સંબંધ શરૂ કરતી વખતે તમારા વ્યવહારમાં જેટલી કોમળતા હતી સંબંધનો અંત લાવ્યા પછી પણ તે જ કોમળતા જાળવી રાખો.

***

ખરેખર પ્રેમ કરવાનો પુરાવો –

સંબંધ પૂર્ણ થયા પછી પણ તમે તમારા

પૂર્વ પ્રેમી વિશે ખરાબ નથી બોલતા.

***

ક્યારેક જ્યારે એક સંબંધનો અંત આવી જાય છે ત્યારે તમે કોઈ કડવાશ વિના વિચારો છો, 'આશા છે કે તે ખુશ થશે.' આ એ વાતનો સંકેત છે કે તમે જીવનમાં આગળ વધી ગયા છો.

એક વ્યક્તિ દ્વારા પહોંચાડવામાં આવેલી પીડાનો કોઈ બીજી વ્યક્તિ દ્વારા ઉપચાર થઈ શકે છે. પરંતુ જ્યારે તમે કોઈ નવી વ્યક્તિને જઈને મળો છો ત્યારે એ બાબતની ખાતરી કરો કે તમે પોતાની અંદર એકવાર ફરી પૂર્ણતા લાવવા માટે પોતાને સમય આપ્યો છે. અન્યથા તમે જે નવી વ્યક્તિને મળશો, આખરે તેનો ઉપયોગ કરવા લાગશો.

***

એક અસામાન્ય સંબંધ તે નથી હોતો જેની શરૂઆત સારી રહી હોય, બલકે તે હોય છે જેનો અંત સારો રહ્યો હોય. સંબંધો હંમેશા સંજોગવશાત શરૂ થાય છે પણ જ્યારે વાત તેનો અંત લાવવાની હોય, ત્યારે સામાન્ય રીતે આપણી પાસે એ વિકલ્પ હોય છે કે તેનો અંત કેવી રીતે લાવવો છે. સંબંધનો અંત લાવવાની પસંદગી સમજદારીથી કરો.

મને તારી સાદગી ગમે છે

ધર્મ વિશે મારું ભાષણ સાંભળ્યા પછી તું શરમાતાં-શરમાતાં એક બોટલ ગરમ સોયા મિલ્ક લઈને મારી પાસે આવી અને ધીમેથી કહ્યું, 'સુનિમ, મને ખેદ છે કે મારી પાસે તમને આપવા માટે માત્ર આ જ છે.' પછી મને આ બોટલની સાથે એક નોંધ (ચિઠ્ઠી) આપી તું ભીડમાં ક્યાંક ગાયબ થઈ ગઈ.

જ્યારે મેં તારી તે ચિઠ્ઠી વાંચી ત્યારે હું ભાવુક થઈ ગયો – 'મારા જેવી સામાન્ય અને મામૂલી છોકરીને સાંભળવા અને સલાહ આપવા માટે તમારો ખૂબ ખૂબ આભાર.'

એ બોટલના ગરમાવાને પોતાના હાથમાં અનુભવતા મને એ વાતનો અફસોસ થયો કે હું તારી સાથે વધારે વાત કરી શક્યો નહીં. જો કે હવે કદાચ ફરીથી આપણી મુલાકાત શક્ય નહીં બને એ વિચારે આ સંદેશ અહીં લખવાનો નિર્ણય લીધો કે કદાચ તે કોઈપણ રીતે તારા સુધી પહોંચી શકે.

હું તને જણાવવા ઈચ્છું છું કે મને તારી સાદગી ખૂબ ગમે છે કારણ કે હું પોતે પણ મામૂલી જ છું. સત્ય તો એ છે કે આપણે બધા મામૂલી જ હોઈએ છીએ.

કોઈ ગમે તેટલું પ્રસિદ્ધ કે આકર્ષક હોય અને તેની પાસે ગમે તેટલું ધન કે શક્તિ હોય, ગમે તેટલી અદભુત ઉપલબ્ધિઓ હોય, પણ આપણે સૌએ આપણા ભાગની નિષ્ફળતાઓ ઝીલવી પડે છે, નુકસાન ઉઠાવવું પડે છે અને હૃદય તૂટવાના અનુભવોમાંથી પસાર થવું પડે છે. આપણે આ પડકારોનો સામનો કરવો જ પડે છે, જેના પર આપણું કોઈ નિયંત્રણ નથી હોતું. એકલતા અને મૃત્યુનો ભય આપણા અંતિમ દિવસો સુધી આપણી સાથે જ રહે છે. આપણે બધા જીવનની કલંકિત મહિમાની એક વિશ્વાસઘાતી યાત્રા કરી રહ્યા છીએ.

તો હું તને પ્રેમ કરું છું. જ્યારે તું, શરમાતા-શરમાતા મારી પાસે આવી અને ગણગણતા સ્વરે પોતાને મામૂલી ગણાવી ગરમ બોટલ આપતા પોતાનું મન ખોલીને મારી સામે મૂકી દીધું.

પ્રેમ વિના આપણું જીવન પાંપણના પલકારામાં જ વીતી જશે. પ્રેમમાં તે શક્તિ હોય છે, જેનાથી આ દુનિયા ક્ષણભર માટે થંભી જાય છે.

***

પ્રેમમાં વિશ્વ સુંદર દેખાવા માંડે છે. જ્યાં પ્રેમ હોય છે, ત્યાં સૌંદર્ય હોય છે. જ્યારે તમારા જીવનમાં પ્રેમ ઓછો થઈ રહ્યો હોય ત્યારે તમારી આસપાસ સૌંદર્યની શોધ કરો. કારણ કે જ્યાં સૌંદર્ય હશે, ત્યાં જ પ્રેમને શોધી શકાય છે.

***

તમે સુંદર છો, એટલા માટે નહીં કારણ કે બીજા કરતા શ્રેષ્ઠ છો બલકે એટલા માટે કારણ કે માત્ર તમે જ છો જે આ રીતે હસી શકો છો. પોતાનામાં રહેલા અનોખા પોતાને પ્રેમ કરો

ઉનાળાની એક રાત્રે હું ઉપરની તરફ જોઉં છું અને આકાશમાં ચમકતા ઢગલા તારાઓમાંથી એક પર ધ્યાન કેન્દ્રિત કરું છું. તે તારો પણ વિશ્વના આટલા બધા લોકોમાંથી બસ મારી તરફ જ જુએ છે. બે લોકો વચ્ચેની મુલાકાત પણ એવી જ હોય છે, એક દુર્લભ બ્રહ્માંડીય ઘટના. લાખોમાં એક. કરોડો, અરબોમાં એક.

***

પ્રેમનો અર્થ છે, કોઈ પર ભરોસો કરવો કોઈ માટે કોઈપણ સમયે ઊભા રહેવું, એક કોમળ હૃદયને સાંભળવા માટે તૈયાર રહેવું કોઈ બીજા કારણોસર નહીં બલકે માત્ર પ્રેમને કારણે.

ક્યારેક-ક્યારેક આપણે આ વાતને લઈને નિશ્ચિંત નથી થતા, કે જે આપણે અનુભવી રહ્યા છીએ તે પ્રેમ છે કે નથી. તો આ સ્થિતિમાં સ્વયંને પૂછો –

'શું હું આટલું બધું આપ્યા પછી પણ વધારે આપવા માટે તૈયાર છું?' જો આનો જવાબ 'હા' હોય અને પછી આના પર કોઈ પસ્તાવો ન થાય તો કદાચ આ પ્રેમ જ છે.

***

પ્રેમનો અર્થ

તે જેવી છે તેવી જ સ્વીકારીને તેને પ્રેમ કરવો. તે ઈચ્છા રાખવી કે તે આવી નહીં, તેવી થઈ જાય પ્રેમ નથી બલકે તમારી ઈચ્છા છે. પ્રેમના નામ પર કોઈનામાં પરિવર્તન લાવવાનો પ્રયત્ન ન કરશો. કારણ કે તે પરિવર્તન માત્ર તમારી નજરોમાં સુધરશે, તેની નજરોમાં નહીં.

***

જો બે લોકોની વચ્ચે ખરેખર કોઈ સંબંધ રચાવાનો હોય તો સામાન્ય રીતે કોઈ વિશેષ મુશ્કેલી વિના રચાઈ જ જાય છે જો સંબંધમાં તમે એકલા જ બધા પ્રયત્નો કરી રહ્યા છો, તો તેને જવા દો.

કદાચ આનાથી સામેવાળી વ્યક્તિ પર દબાણ ઓછું થઈ જશે અને તે પોતે પણ પ્રયત્નો કરવા માટે પ્રેરિત થશે. અને જો આમ નથી થતું, તો આનાથી તમારા માટે એક નવો માર્ગ ખૂલી જશે.

***

પ્રેમ સહજતાથી આપોઆપ જ થઈ જાય છે. જો તમે કોઈને પ્રેમ કરવાનો પ્રયત્ન કરી રહ્યા છો તો તેમાં ત્યાં સુધી સચ્ચાઈ નથી આવતી, જ્યાં સુધી તમે પ્રયત્ન કરવાનું બંધ કરી દેતા નથી.

***

એક કાસ્ટિંગ ડાયરેક્ટર કોઈ ભૂમિકા માટે ઘણા અભિનેતાઓનું ઓડિશન લે છે, પણ યોગ્ય અભિનેતા સામે આવતા જ ઓળખી લે છે. બરાબર આ જ વાત એક નવું ઘર ખરીદવા, હીરાની અંગૂઠી ખરીદવા કે પોતાના જીવનસાથીની પસંદગી કરતી વખતે પણ લાગુ પડે છે. જો તમે ખચકાટ અનુભવો છો, તો તેનો અર્થ છે કે હજુ તમારી શોધ પૂર્ણ નથી થઈ.

તેને પ્રેમ કરો

ભવિષ્ય વિશે આશંકાઓ સેવ્યા વિના હિસાબો માંડ્યા વિના સંશય વિના બીજા સાથે સરખામણી કર્યા વિના.

તેને પ્રેમ કરો

પોતાના આત્માના દૃઢવિશ્વાસ સાથે. જો તમારા ંનેમાંથી કોઈ એકપણ અડગ રહ્યું તો સંબંધ ટકી શકે છે.

***

મહેરબાની કરીને તેને પ્રેમ ન કહેશો. તમે જે અનુભવ કરી રહ્યા છો, તે મોહ છે. જેમાં કોઈ પ્રતિબદ્ધતા કે જવાબદારીનો ભાવ નથી.

***

મોહ પ્રેમ નથી કારણ કે તે તમારાથી શરૂ થાય છે અને તમારી સાથે જ પૂર્ણ થઈ જાય છે. તેનો સંબંધ એ વ્યક્તિ સાથે ઓછો અને તમારી ભાવનાઓ સાથે વધારે છે.

***

જ્યારે આપણે પ્રેમમાં હોઈએ છીએ, ત્યારે તેના માટે સારી-સારી વસ્તુઓ પસંદ કરીએ છીએ, જેના પ્રત્યે આપણને પ્રેમ હોય. પરંતુ નકામી બાબતો કરવાથી બચવું પણ એટલું જ જરૂરી હોય છે. આપણે હંમેશા આ વાતને વણજોઈ કરી નાખીએ છીએ.

આપણને બીજાની બાબતોમાં રસ લેવાનું ખૂબ ગમે છે, કારણ કે આપણને લાગે છે કે આપણે સામેની વ્યક્તિનું ભલુ કરવા માટે આવું કરી રહ્યા છીએ. આપણે માંગ્યા વિના મદદ કરવા લાગીએ છીએ અને તેમના જીવનમાં હસ્તક્ષેપ કરીએ છીએ. આપણે તેમની શક્તિ છીનવીને તેમને અસમર્થ અનુભવ કરાવીએ છીએ. આવા વ્યવહાર બધું જ પોતાના નિયંત્રણમાં રાખવા અને માન્યતા મેળવવાની આપણી ઈચ્છામાંથી નીપજે છે. તેને પ્રેમ સાથે કોઈ સંબંધ નથી હોતો.

***

આપણે લોકોને એ રીતે પ્રેમ કરવો જોઈએ જેમ સૂર્ય ધરતીને પ્રેમ કરે છે. સૂર્ય કોઈ ઈચ્છા વિના ધરતીને પ્રેમ કરે છે. તે બદલામાં કશું જ માંગ્યા વિના છોડ-વૃક્ષો અને ફૂલોને પોષણ આપે છે. તે પોતાના કિરણોને પૃથ્વી પર આવતા અટકાવતો નથી અને પોતાની ઉપસ્થિતિથી બધું જ પ્રકાશમાન કરી દે છે. જેમ કે ખલીલ જિબ્રાને કહ્યું છે, એકબીજાને પ્રેમ કરો, જેમ એક છતને ટેકો આપનારા બે સ્તંભ. બંનેની ક્ષિતિજોને ધ્યાનમાં રાખી પોતાની પ્રિયતમાની નિજતાનું સમ્માન કરો અને તેને સ્વતંત્રતાથી જીવવા દો. જો તમે એવું નહીં કરો તો તેનો શ્વાસ રુંધાવા લાગશે.

***

યાદ રાખો –

જ્યારે તમે તેને અટકાવી રાખવા માટે સંઘર્ષ કરો છો, તો તે ચાલી જાય છે. જ્યારે તમે તેને જવા દેવાનો નિર્ણય કરો છો, ત્યારે તે થંભી જાય છે.

***

આપણે જેને પ્રેમ કરીએ છીએ, તેના માટે ઘણું બધું કરીએ છીએ. પરંતુ ક્યારેક-ક્યારેક તેના માટે માત્ર હાજર રહેવાથી જ તમારા પ્રેમની ગહન અભિવ્યક્તિ થઈ જાય છે. માટે તેને પોતાની પૂર્ણતઃ ઉપસ્થિતિની ભેટ આપો.

પ્રકરણ - 6

જીવન

શું તમને કુંગ-ફૂ આવડે છે?

જ્યારે હું મઠવાસીનો મારો સ્લેટિયો પોશાક પહેરી ન્યૂયોર્કના રસ્તાઓ પર ફરું છું ત્યારે હંમેશા મને ઘણા એવા નાના છોકરા દેખાય છે જે મને જોઈને બ્રૂસ લી ની નકલ કરવા માંડે છે. શરૂઆતમાં મને સમજાયું નહીં કે તે શું કરી રહ્યા છે, પણ થોડા સમયમાં જ મને સમજાઈ ગયું – વાસ્તવમાં આ પોશાકમાં મુંડાયેલા માથાવાળી કોઈ વ્યક્તિને જોઈને તેમને એવું જ લાગતું કે તે માર્શલ આર્ટ પણ જાણતો હશે. મને આ ખૂબ જ ગમ્યું અને મજેદાર લાગ્યું. એક બહિર્મુખી પ્રકારના છોકરાએ તો આવીને મને પૂછી જ લીધું કે શું મને પણ શાઓલિન ટેમ્પલના ચીની ભિક્ષુઓની જેમ કુંગ-ફૂ આવડે છે. તેનો પ્રશ્ન સાંભળી મારા ચંચળ મનને થયું કે ધીરે-ધીરે પોતાના હાથ અને પછી જમણો પગ ઉઠાવી તેને કેટલાક નકલી કુંગ ફૂ પોઝ કરીને દેખાડું.

જ્યારે મોટી વયના લોકોને ખબર પડે છે કે હું એક બૌદ્ધ મઠવાસી છું તો તે ઉત્સુક્તાથી પૂછે છે, 'તમે કેવી રીતે ધ્યાનનો અભ્યાસ કરો છો ?' અથવા પછી 'તમે દરરોજ સવારે કેટલા કલાક ધ્યાનમાં બેસો છો ? તમારું મન તો ખૂબ શાંત રહેતું હશે ?' પછી તે કોઈ સ્થાનિક ઝેન સેન્ટર કે પછી કોઈ યોગા સ્ટુડિયોમાં જવાનો પોતાનો અનુભવ જણાવવા લાગે છે. પશ્ચિમના ઘણા બધા મોટી વયના લોકોને લાગે છે કે એક બૌદ્ધ ગુરુ એવી વ્યક્તિ હોય છે, જે રોજે નિયમિત ધ્યાન કરવાને કારણે હંમેશા શાંત અને સ્થિર રહેતા હશે. જો કે બૌદ્ધ ગુરુઓ વિશે બાળકો અને મોટી વયના લોકોની માન્યતાઓ એકબીજા કરતાં ભિન્ન છે, છતાં પણ મને તેમાં એક અંતર્નિહિત સમાનતા જણાય છે. બાળકો અને મોટી વયના લોકો, બંને આ વાત જાણવા માટે ખૂબ ઉત્સુક રહે છે કે આખરે એક બૌદ્ધ ભિક્ષુ શું કરે છે. બીજા શબ્દોમાં કહીએ તો જ્યારે વાત કોઈ ભિક્ષુની ઓળખની હોય તો પશ્ચિમી લોકો તેના વર્તન પર ધ્યાન કેન્દ્રિત કરી લે છે.

જ્યારે હું કોરિયામાં હોઉં છું ત્યારે મારે બિલકુલ અલગ પ્રકારના

પ્રશ્નોનો સામનો કરવો પડે છે. ઉદાહરણ તરીકે મેટ્રો ટ્રેનમાં મારી બાજુમાં બેઠેલી વ્યક્તિ પૂછી શકે છે કે 'તમારો ગૃહ-મઠ ક્યાં છે ?' અથવા 'હમણાં આપ ક્યા મંદિરમાં રહો છો ?' એવું લાગે છે, જાણે કોરિયાઈ લોકો માટે કોઈ વ્યક્તિને પરિભાષિત કરનારું સૌથી મહત્ત્વનું પાસુ એ જ છે કે તે ક્યાં રહે છે. ત્યાં સુધી કે યુએસમાં પણ જ્યારે કોરિયાઈ લોકો પહેલી વાર એકબીજાને મળે છે ત્યારે પોત-પોતાનું નામ જણાવ્યા પછી પહેલો પ્રશ્ન એ જ પૂછે છે કે 'તમે કોરિયામાં ક્યાંના રહેવાસી છો ?' એવું લાગે છે કે, જાણે ઘણા બધા કોરિયાઈ લોકો માટે વ્યક્તિની ઓળખ તે શું કામ કરે છે તેના બદલે ગૃહનગરથી વધારે જોડાયેલી હોય છે.

દર વખતે જ્યારે પણ હું કોરિયા પાછો ફરું છું ત્યારે મને આશ્ચર્ય થાય છે કે કોરિયાઈ લોકોએ જે શાળા કે કોલેજમાંથી અભ્યાસ કર્યો હોય તેના પ્રત્યે તે આટલા ઝનૂની કેમ હોય છે. નિઃશંકપણે, જ્યારે નોકરી શોધવાની વાત આવે છે ત્યારે એક પ્રતિષ્ઠિત કોલેજમાંથી સ્નાતક થવું દુનિયાના મોટાભાગના વિસ્તારોમાં ફાયદાકારક જ સાબિત થાય છે. પણ મહ્દઅંશે માત્ર એક ડિગ્રી હોવી એટલું જ પૂરતું નથી હોતું. ત્યાં સુધી કે જો કોઈને સારી નોકરી મળી પણ ગઈ હોય, તો પણ તેનું કૌશલ્ય અને અનુભવ તેણે ક્યાં અભ્યાસ કર્યો છે તેના કરતા ઘણા મહત્ત્વના હોય છે. એપ્પલ કંપનીના સહ-સંસ્થાપક સ્ટીવ જોબ્સ આનું એક સારું ઉદાહરણ છે. તે અભ્યાસ માટે રીડ કોલેજ ગયા, પણ એક સેમેસ્ટર પછી તેમણે કોલેજ છોડી દીધી. અમેરિકી ઉચ્ચ શિક્ષણથી પરિચિત કોઈપણ વ્યક્તિ એ વાત સારી રીતે જાણતી હશે કે રીડ કોલેજ, ઓરેગોનના પોર્ટલેન્ડની એક ઉત્કૃષ્ટ લિબરલ આર્ટસ કોલેજ છે. પણ એક સામાન્ય કોરિયાઈ વ્યક્તિ માટે, જેણે માત્ર આઈવી લીગ અને કેલિફોર્નિયાની કેટલીક મોટી યુનિવર્સિટીઝનું જ નામ સાંભળ્યું હોય, તેને રીડ કોલેજ સરેરાશ કરતા પણ નીચી કોલેજ લાગશે. જો સ્ટીવ જોબ્સ એક કોરિયાઈ વ્યક્તિ હોત તો તેમની શૈક્ષણિક પૃષ્ઠભૂમિ એક સફળ કરિયર બનાવવામાં મોટો અંતરાય બનતી. પછી કોઈ તેમના વિચારોને ગંભીરતાથી ન લેત અને તેમની કંપનીમાં રોકાણ પણ ન કરત, તેમને એક એવી વ્યક્તિ તરીકે જોવામાં આવત, જે એટલી પ્રતિભાશાળી નહોતી કે કોઈ આઈવી લીગ કોલેજમાં પ્રવેશ મેળવી શકે.

મને આ વાતની ચિંતા થાય છે. જો આપણે કોઈ વ્યક્તિની ઓળખને મુખ્યત્વે તેના ગૃહનગર કે એ શાળા કે કોલેજમાં જ નિહિત માનીએ છીએ,

જ્યાંથી તેણે અભ્યાસ કર્યો હોય તો આપણી નજર માત્ર તેના ભૂતકાળ પર જ અટકેલી રહે છે અને આપણને તેનું વર્તમાન કૌશલ્ય અને ભવિષ્યનું વિઝન દેખાતું નથી. માત્ર સારી શૈક્ષણિક પૃષ્ઠભૂમિ અને મોટા લોકો સાથે સંબંધ રાખનારા કુટુંબમાં જન્મ લેનારને જ સફળ થવાની તક આપવામાં આવે છે, જ્યારે સામાન્ય પૃષ્ઠભૂમિમાંથી આવનારા એ લોકોને તકોથી વંચિત રાખવામાં આવે છે, જેનામાં અસીમ શક્યતાઓ છુપાયેલી હોય છે.

જ્યારે પણ નાના છોકરા આવીને મને પૂછે છે કે શું તમને કુંગ-ફૂ આવડે છે ? તો આ મારા માટે મારા જીવન વિશે ચિંતન કરવાની એક તક બની જાય છે. શું મારું વર્તન ખરેખર એક આધ્યાત્મિક ગુરુ જેવું છે ? અથવા પછી મારી અંદર પોતાની ઓળખ પ્રત્યે આત્મસંતોષનો ભાવ આવી ગયો છે અને શું હું એ કાર્યને વણજોયું કરી રહ્યો છું, જે મારે કરવું જોઈએ ? આ ઉપરાંત, જ્યારે હું કોઈ નવી વ્યક્તિને મળું છું ત્યારે શું એ જોવાનો પ્રયત્ન કરું છું કે સામાજિક માપદંડોથી પર તે કેવી વ્યક્તિ છે ? અથવા પછી હું પણ લોકોના વ્યક્તિત્વને માત્ર તેમની પૃષ્ઠભૂમિના દાયરામાં સંકુચિત કરી નાખું છું અને એ જોઈ શકતો નથી કે તે વાસ્તવમાં કોણ છે ? આ રીતે મને ફરી યાદ આવે છે કે કોઈપણ વ્યક્તિ – જેમાં તે નાના છોકરા પણ સામેલ છે – આપણા આધ્યાત્મિક ગુરુ બની શકે છે, બસ આપણે તેના માટે આપણું હૃદય ખુલ્લુ રાખવું પડશે.

જીવન પિત્ઝાની સ્લાઈસ જેવું હોય છે. તે જાહેરખબરમાં ખૂબ સ્વાદિષ્ટ દેખાય છે, પણ જ્યારે આપણે ખરેખર તેને ખાઈએ છીએ, ત્યારે એ એટલું સારું નથી હોતું, જેટલું આપણે વિચાર્યું હતું.

જો કોઈનું જીવન જોઈને આપણને ઈર્ષા થાય છે તો જાહેરખબરમાં દેખાડવામાં આવતા પિત્ઝાને યાદ કરો. તે વાસ્તવમાં જેવો હોય છે, દેખાવમાં હંમેશા તેના કરતાં શ્રેષ્ઠ જ લાગે છે.

***

શું તમે ક્યારેય કોઈ રેસ્ટોરાંના મેનુમાંથી પોતાની મનપસંદ વાનગી પસંદ કરવાને બદલે કોઈ સસ્તી વાનગી પસંદ કરી છે? અને જ્યારે તે આવી ત્યારે શું તમને તમારી પસંદગી માટે પસ્તાવો થયો છે? જો તમે વહન કરી શકો તો હંમેશા એ જ પસંદ કરો જે તમને સૌથી પહેલા પસંદ પડ્યું હોય. પસ્તાવાભર્યું જીવન જીવવાને બદલે આવું કરવું વધારે સારું છે.

જીવનમાં સામાન્ય ક્ષણોની સંખ્યા અસામાન્ય ક્ષણોની સરખામણીએ ઘણી વધારે હોય છે. આપણે સુપરમાર્કેટની લાઈનમાં ઊભા રહીને રાહ જોવી પડે છે. કાર્યસ્થળે આવવા-જવા માટે કલાકોનો સમય ખર્ચ કરવો પડે છે. આપણે છોડને પાણી પાઈએ છીએ અને આપણા પાલતુ જાનવરોને ખવડાવીએ છીએ.આનંદનો અર્થ એ જ છે કે આ સામાન્ય ક્ષણોમાંથી જ આનંદની એક ક્ષણ શોધી લેવામાં આવે.

***

જ્યારે તમે ધ્યાન કેન્દ્રિત કરો છો, ત્યારે ફોનબુક જેવી નીરસ વસ્તુ પણ રસપ્રદ લાગવા માંડે છે. જો તમે કંટાળો અનુભવી રહ્યા છો, તો કદાચ ધ્યાન કેન્દ્રિત નથી કરી રહ્યા.

***

તમે જ્યાં પણ જાઓ, પોતાની અંદર સ્વામિત્વની ભાવના રાખો. જો તમને કોઈ ચર્ચ, લાઈબ્રેરી કે બાગમાં કચરો નજરે પડે, તો તેને ઉઠાવીને કચરાના ડબ્બામાં નાખી દો. જો તમે સ્વામિત્વનો ભાવ રાખશો, તો તમારા જીવનનો ઉદ્દેશ વધી જશે, અને લોકો જોશે કે તમે એક સારું ઉદાહરણ રજૂ કરી રહ્યા છો.

ફર્નિચર ડિઝાઈનની બાબતે સ્કૅંડિનેવિયાઈ લોકોનું પ્રસિદ્ધ થવું સ્વાભાવિક છે, કારણ કે ઠંડા વાતાવરણમાં રહેનારા લોકો ઘરોની અંદર વધારે સમય વીતાવે છે. એ જ રીતે ઈટાલી પોતાના ડિઝાઈનર વસ્ત્રો માટે પ્રસિદ્ધ છે, સ્વાભાવિક છે કે ગરમ વાતાવરણમાં રહેનારા લોકો એ વાત પર વધારે ધ્યાન આપતા હશે કે ઘરની બહાર તે કેવા દેખાય છે.

તમે જ્યાં રહો છો, તે સ્થળ તમારા વ્યક્તિત્વને આકાર આપે છે. શું તમે એવી જગ્યાએ રહો છો, જે તમારા સપનાં પૂરા કરવા માટે અનુકૂળ હોય?

***

એક ગ્લાસ વાઈન પીવા માટે આપણે નવ કે દસ ડૉલર ખર્ચ કરતા અચકાતા નથી. પણ જો કોઈ પુસ્તકની કિંમત માત્ર એક કે બે ગ્લાસ વાઈન જેટલી હોય તો આપણે તે પુસ્તક ખરીદતા અચકાઈએ છીએ મોટાભાગના લોકો 15 ડૉલરની વાઈન અને 50 ડૉલરની વાઈનના સ્વાદ વચ્ચેનો ફેર જણાવી શકતા નથી. વાસ્તવમાં આ વધારાના 35 ડૉલર એ દેખાડાની કિંમત છે.

***

જ્યારે તમે કોઈ એવી વસ્તુ ખરીદો છો, જે ખૂબ લાંબા સમય સુધી સાથે રહેવાની હોય જેમ કે એક ઘર કે પિયાનો, તો તમારા સામર્થ્યના દાયરામાં રહીને સર્વશ્રેષ્ઠ વસ્તુ જ પસંદ કરો, જેનાથી માત્ર કામ ચાલી જાય એવી વસ્તુ ન ખરીદશો, બની શકે કે, તમને લાગે કે તે કામચલાઉ વસ્તુ પણ ઠીક જ છે પણ એક સમય પછી તમને તેના માટે જ પસ્તાવો થશે.

***

એક સારો ગ્રાહક એવું નથી કહેતો કે 'તમને જે યોગ્ય લાગે, તે કરો.' તે સારી રીતે જાણે છે કે તેને શું જોઈએ છે અને તે તમને પણ સ્પષ્ટપણે જણાવી દે છે. જો એક ગ્રાહક તેને શું જોઈએ છે તે ન જણાવે તો પણ શક્ય છે કે તેની કેટલીક પ્રાથમિકતાઓ હોય અને બની શકે કે કામ પૂરું થયા પછી તે તેને ફરિયાદ તરીકે વર્ણવે.

***

જ્યારે કોઈ સમસ્યા હોય તો તેને એ માટે જવાબદાર વ્યક્તિની પાસે લઈ જાઓ. જો તમે એ વ્યક્તિને નારાજ કરવી કે આંતરિક સંબંધો બગાડવાના ડરથી તેના વિશે ફેરવી-તોળીને વાત કરશો, તો તે સમસ્યા વધારે જટિલ થઈ જશે. સીધા સમસ્યાના મૂળ સુધી જાઓ અને એ વ્યક્તિને સ્પષ્ટપણે કહો, પછી ભલે આમ કરવું તમારાથી સહન ન થાય.

***

તમે જેટલું વધારે જાણો છો એટલું જ તમને લાગે છે કે તમે ઓછું જાણો છો. તમે જેટલું ઓછું જાણો છો એટલું જ તમને લાગે છે કે તમે વધારે જાણો છો.

કોઈપણ સામાજિક ઘટનાનું સામાન્યીકરણ કરવું મુશ્કેલ હોય છે. કારણ કે તે ઈતિહાસ, સંસ્કૃતિ, રાજનીતિ અને અર્થશાસ્ત્રના એક જટિલ જાળમાં અંતર્નિહિત હોય છે. જો કોઈ વ્યક્તિ સરળ શબ્દોમાં કોઈ સામાજિક ઘટનાની વ્યાખ્યા કરે છે તો કાં તે એક વિશેષજ્ઞ છે અથવા પછી નર્યો મૂર્ખ.

***

શીખવાના માર્ગમાં સૌથી મોટો અંતરાય છે, ન જાણવા છતાં પોતે જાણતા હોવાનો દેખાડો કરવો. એ સ્વીકારવું વધારે શ્રેષ્ઠ છે કે તમને કોઈક કાર્ય નથી આવડતું. જો તમે દેખાડો કરો છો, તો તમારે એવું વર્તન કરવાનું હોય છે કે તમે તે કાર્ય કરવાનું પહેલેથી જાણતા હતા. જ્યારે તમે તમારો અહં બાજુએ મૂકી દો છો, અને પ્રામાણિકતાથી વર્તો છો તો શીખવાનું સહેલું થઈ જાય છે.

***

અનુભવહીન યુવાનના ભોળા હાસ્યની સરખામણીએ એક ઘા ભોગવેલી વ્યક્તિની કરુણામય દૃષ્ટિ ઘણી વધારે સુંદર હોય છે.

કોઈ વસ્તુ માટે કોઈ વ્યક્તિને આશ્વસ્ત કરવાનો દૃઢ સંકલ્પ એ વાતમાંથી ઉપજાવેલો હોઈ શકે છે, કે તમે સ્વયં એ વસ્તુ પ્રત્યે પૂર્ણપણે આશ્વસ્ત નથી. હું એક પુરુષ છું, એ વાત માટે હું લોકોને આશ્વસ્ત કરવાનો પ્રયત્ન નથી કરતો.

***

એટલો આત્મવિશ્વાસ રાખો કે તે તમારા વ્યક્તિત્વમાં ઝળકી ઉઠે. આના કરતાં વધારે આકર્ષક બીજું કશું જ નથી હોતું.

***

જ્યારે આપણે પોતાની ધારણાઓ અંગે ખૂબ જડ હોઈએ છીએ, ત્યારે એ જોખમ રહે છે કે આપણે હકીકત પ્રત્યે અંધ થઈ જઈએ, અને માત્ર એ જ જોઈ શકીએ, જે આપણી ધારણાઓને અનુરૂપ હોય.

***

જે વ્યક્તિ એમ કહે છે, કે 'ફલાણી વ્યક્તિ ખૂબ ચાલાકી દેખાડે છે' તે પોતે પણ એટલી જ ચાલાક હોય છે. પ્રશંસા સહેલાઈથી નથી મળતી. અમીર અને શક્તિશાળી બનવાનો ઉદ્દેશ નક્કી કરવાને બદલે વધારે ઊંચુ લક્ષ્ય રાખો – પોતાના ક્ષેત્રમાં પ્રશંસા પામવાનું લક્ષ્ય.

***

જીવનના સૌથી મોટા આશીર્વાદોમાંથી એક છે, કોઈ એવી વ્યક્તિને મળવું, જેના માટે આપણા મનમાં ખરેખર પ્રશંસાનો ભાવ હોય. તે વ્યક્તિ આપણા માટે આશાનું કિરણ બની જાય છે અને આપણે નિરાશાવાદી થવાથી બચી જઈએ છીએ.

***

ક્યારેક-ક્યારેક જીવનમાં એવી સમસ્યા આવીને ઊભી રહે છે જેની પાછળનું કારણ સમજાતું નથી. પણ નિરાશ ન થશો. આવું માત્ર તમારી સાથે જ નથી થતું. તમે ટકી શકો છો. દરેક કાળની જેમ આ કાળ પણ વીતી જશે.

***

જીવનના ચોથા દાયકામાં પ્રવેશ કરતા જ આ વિશે વિચારવાનું શરૂ કરી દો – 'શું આ જ જીવન છે ? શું બસ જીવનમાં આટલું જ છે?' ઉદાસી અને ખોખલાપણાની અનુભૂતિ આપનારો આ ભાવ – હું પણ તેનાથી સારી રીતે પરિચિત છું.

***

પ્રેમ જ લોકોનું જીવન બદલ શકે છે,
નેકીભર્યા શબ્દો નહીં.

મુક્તિ આપનારી ત્રણ અંતર્દૃષ્ટિઓ

જ્યારે હું ત્રીસ વર્ષનો થયો ત્યારે મેં મારા મનમાં ડોકિયું કર્યું અને મને ત્રણ વાતોની અનુભૂતિ થઈ. જેવી મને તેની અનુભૂતિ થઈ, મને સમજાઈ ગયું કે ખુશ રહેવા માટે મારે શું કરવું જોઈએ.

સૌથી પહેલું, લોકોને મારામાં એટલો રસ નથી, જેટલો મને હંમેશા લાગતો રહ્યો છે. મને યાદ નથી આવતું કે એક સપ્તાહ પહેલા જ્યારે હું મારી મિત્રને મળ્યો હતો ત્યારે તેણે કેવો પોશાક પહેર્યો હતો કે તેનો મેકઅપ કેવો હતો કે તેણે પોતાના વાળ કેવી રીતે ઓળ્યા હતા. જો હું તેના વિશે આ વાતો યાદ નથી રાખી શક્યો તો તે મારા વિશે આવી વાતો શા માટે યાદ રાખતી હશે ? જો કે અમે સમયાંતરે એકબીજા વિશે વિચારીએ છીએ ખરા, પણ એવું ખૂબ જ ઓછું બને છે કે થોડીક મિનિટો કરતાં વધારે વિચાર્યું હોય. જ્યારે આપણે બીજા વિશે વિચારી લઈએ છીએ તો આપણું મન પાછું એ જ વસ્તુઓ પર આવી જાય છે, જે આપણા માટે મહત્ત્વની હોય છે. તો પછી આપણે આ વાતની ચિંતામાં આપણો સમય શા માટે બરબાદ કરવો જોઈએ કે આપણે બીજાને કેવા દેખાઈએ છીએ?

બીજું, જરૂરી નથી કે દરેક વ્યક્તિ મને પસંદ કરે. આખરે મને પણ બધા નથી ગમતા. આપણે બધા ચોક્કસપણે કેટલાક રાજનેતાઓને, સહકર્મચારીઓને, ગ્રાહકોને કે પરિવારના કેટલાક સભ્યોને સહન કરી શકતા નથી. તો પછી દરેક વ્યક્તિ મને શા માટે પસંદ કરે ? માત્ર એટલા માટે કે કોઈ વ્યક્તિ તમને પસંદ નથી કરતી, તમારે પોતાનું લોહી બાળવાની જરૂર નથી. આને જીવનના તથ્ય તરીકે સ્વીકારી લો, અન્ય લોકો તમારા વિશે જેવું વિચારે છે, તમે તેને બદલી શકતા નથી. જો કોઈ વ્યક્તિ તમને પસંદ નથી કરતી તો તેને પોતાનો મત પોતાની પાસે રાખવા દો. તમે માત્ર પોતાના જીવનમાં આગળ વધી જાઓ.

ત્રીજું, જો આપણે પોતાની સાથે ક્રૂરતાની હદ સુધી પ્રામાણિક હોઈએ તો આપણે એ માનવું પડશે કે બીજા માટે આપણે જે કંઈપણ કરીએ છીએ,

તેમાંથી મોટાભાગની બાબતો આપણે વાસ્તવમાં પોતાના માટે કરતા હોઈએ છીએ. આપણે આપણા પરિવારની કુશળતાની કામના કરીએ છીએ કારણ કે તેમનું હોવું આપણા માટે જરૂરી છે. કોઈ વ્યક્તિ તેના જીવનસાથીનું મૃત્યુ થતા આંસુ વહાવે છે કારણ કે હવે તેના જીવનમાં એકલતા આવવાની છે. આપણે પોતાના બાળકો માટે તમામ બલિદાન આપીએ છીએ કારણ કે આપણને આશા છે કે મોટા થઈને આપણે જેવા ઈચ્છીએ છીએ તેવા જ તે બનશે. પોતાની સાથે તલ્લીન રહેવાની આપણી આ પ્રવૃત્તિ એટલી ઊંડી છે કે બુદ્ધ કે જીસસ જેટલા પ્રબુદ્ધ થયા વિના આપણે તેને છોડી શકતા નથી.

બીજા લોકો શું વિચારે છે તેની ચિંતા કરવાનું બંધ કરી દો અને એ જ કરો જે તમારું મન ઈચ્છતું હોય. પોતાના પર 'જો આવું થયું તો ? જો તેવું થયું તો ?' જેવા વિચારોનો બોજ ન લાદશો. પોતાના જીવનની જટિલતાથી મુક્ત થાઓ અને પોતાની ઈચ્છાઓનો સ્વીકાર કરો. તમે દુનિયાને માત્ર ત્યારે જ વધારે ખુશહાલ બનાવી શકો છો, જ્યારે તમે પોતે ખુશ હો.

પોતાના વિશે બીજાના મંતવ્યોના આધારે તમે શું છો એ નક્કી ન કરશો બીજા લોકો તમારા વિશે શું વિચારે છે, તેની ચિંતા કરવાને બદલે પોતાને પોતાના સ્વપ્નો પૂરા કરવા માટે સમર્પિત કરી દો.

***

જ્યારે કોઈ વ્યક્તિ આપણને પસંદ નથી કરતી તો તે આપણી નહીં પરંતુ તેની સમસ્યા છે. દરેક વ્યક્તિ આપણને પસંદ નહીં કરે. આ વાત માત્ર ત્યારે જ એક સમસ્યા બનશે, જ્યારે આપણે પોતાને આનાથી ચિંતિત થવા દઈશું.

***

આપણે જે કામ કરવાનું છે, તે ખૂબ મુશ્કેલ છે તેવી ફરિયાદ કરીને વાસ્તવમાં આપણે પોતાની મુશ્કેલીને હજુ વધારી દઈએ છીએ. એક ઊંડો શ્વાસ લો અને બસ આ કામ કરી નાખો.

***

પોતાના મૃત્યુ પહેલા તમે જે સ્થળોની યાત્રા કરવા ઈચ્છો છો, જે લોકોને મળવા ઈચ્છો છો, જે સંગીત-સમારંભોમાં ભાગ લેવા ઈચ્છો છો, જે રમતોને જોવા માટે તલસો છો, જે રેસ્ટોરાંનું ભોજન કરવા ઈચ્છો છો, તે બધાના નામ એક કાગળ પર લખી નાખો.

પછી એક-એક કરીને એ યાદીમાં નોંધાયેલી દરેક વસ્તુનો અનુભવ કરો અને આ વાતને રહસ્ય જ રાખો. આ રીતે માત્ર પોતાના માટે કશું કરવું તમને ખરેખર સારું લાગશે.

***

જીવન જાઝ સંગીત જેવું હોય છે. તેના મોટાભાગના હિસ્સામાં સુધારા કરવામાં આવે છે, આપણે તેના દરેક પાસાને નિયંત્રિત કરી શકતા નથી. આપણે પોતાનું જીવન પૂર્ણ ગૌરવ અને અંતઃપ્રેરણાની સાથે જીવવું જોઈએ, પછી ભલે તે આપણને ગમે તેવા રંગ દેખાડે.

***

આપણે પોતાના કુટુંબને પ્રેમ કરી શકીએ છીએ, તેની કુશળતાની કામના કરી શકીએ છીએ. આપણે સલાહ-સૂચના આપી શકીએ છીએ અને જરૂર પડે ત્યારે મદદ પણ કરી શકીએ છીએ. પણ આપણે પોતે તેનો નિર્ણય લઈ શકતા નથી અને તેમની પાસે પોતાનો મનવાંછિત વ્યવહાર કરાવી શકતા નથી. જીવનમાં એવી ઘણ બાબતો છે, જેને આપણે નિયંત્રિત કરી શકતા નથી. તેમાં એ લોકો પણ સામેલ છે, જે આપણી સૌથી નજીક હોય છે.

***

જો તમે કોઈ એક રમત સારી રીતે રમવાનું શીખી લો, તો પછી બીજી કોઈ રમત શીખવી સરખામણીએ વધારે સહેલી થઈ જશે. જો તમે એક વિદેશી ભાષામાં પારંગત થઈ જાઓ, તો કોઈ બીજી વિદેશી ભાષા શીખવી વધારે સહેલી થઈ જશે. જો તમે એ સમજી લો છો કે એક નાનો વ્યવસાય કેવી રીતે ચલાવવામાં આવે છે તો પછી કોઈ બીજો વ્યવસાય અને પછી કોઈ ત્રીજો વ્યવસાય ચલાવવો હજુ વધારે સરળ થઈ જશે.

જે લોકો ઘણી બાબતોમાં કુશળ હોય છે, તેમની ઈર્ષા ન કરશો. પહેલા પોતે કોઈ એક બાબતમાં કુશળ બનો. પછી તમે થોડા સમયમાં જ કોઈ બીજી વસ્તુમાં અને પછી કોઈ ત્રીજી વસ્તુમાં પણ કુશળતા પ્રાપ્ત કરી લેશો.

ઈમારતી લાકડું મેળવવા માટે સૌથી પહેલા વિશાળ વૃક્ષોને કાપવામાં આવે છે, જ્યારે સામાન્ય કદના વૃક્ષો બચી જાય છે. આ રીતે એક સાચા ગુરુ પોતાના ગુણોને છુપાવી રાખે છે અને ક્યારેય પોતાની ઉત્કૃષ્ટતાનો દાવો નથી કરતા.

***

સ્વપ્ન મોટા જુઓ, પણ શરૂઆત નાની કરો. એક નાનકડું એડજેસ્ટમેન્ટ તમારા જીવન પર વધારે પ્રભાવ પાડી શકે છે. ઉદાહરણ માટે જો તમે સ્વસ્થ રહેવા ઈચ્છો છો, તો અડધો કલાક વહેલા સૂવાનું શરૂ કરી દો. જો તમે વજન ઓછું કરવા ઈચ્છો છો, તો કોલ્ડડ્રિંક્સની જગ્યાએ સાદું પાણી પીવાનું શરૂ કરી દો. જો તમારે કોઈ મહત્ત્વનો પ્રોજેક્ટ પૂરો કરવાનો છે, તો તેની શરૂઆત પોતાની ડેસ્ક વ્યવસ્થિત કરીને કરો.

પોતાના વિચારોને સકારાત્મક રાખો, કારણ કે તમારા વિચાર જ આખરે પોતાના શબ્દોમાં ફેરવાઈ જાય છે. પોતાના શબ્દોને સકારાત્મક રાખો, કારણ કે તમારા શબ્દો જ આખરે તમારો વ્યવહાર બને છે. પોતાનો વ્યવહાર સકારાત્મક રાખો, કારણ કે તમારો વ્યવહાર જ આખરે તમારી આદતોમાં ફેરવાઈ જાય છે. પોતાની આદતોને સકારાત્મક રાખો, કારણ કે તમારી આદતો જ આખરે તમારા મૂલ્ય બની જાય છે. પોતાના મૂલ્યોને સકારાત્મક રાખો, કારણ કે તમારા મૂલ્ય જ આખરે તમારી નિયતિ બને છે

-મહાત્મા ગાંધી*

(*તારો ગોલ્ડ, ઓપન યોર માઈન્ડ, ઓપન યોર લાઈફ, એ બુક ઓફ ઈસ્ટર્ન વિઝડમ – કેન્સાસ સિટી, એમઓ, એન્ડ્યુઝ મૈકમીલ, 2002)

તમારા મનમાં એક સમયે એક સાથે બે વિચાર નથી આવી શકતા. જેનો અર્થ એ થયો કે એક એકલો વિચાર તમારા મન પર હાવી થઈ શકે છે. સારો હોય કે ખરાબ, બધું જ એક એકલા વિચારથી જ ઉપજે છે. જો આપણે પહેલા એ વિચાર પ્રત્યે સાવધાન રહીએ તો ત્રાસને પણ રોકી શકાય છે.

આપણે ખોટા શબ્દોને બદલે, યોગ્ય શબ્દોને પ્રાથમિકતા આપીએ છીએ. આપણે યોગ્ય શબ્દોને બદલે, પ્રામાણિકતાભર્યા શબ્દોને પ્રાથમિકતા આપીએ છીએ. આપણે પ્રામાણિકતા ભર્યા શબ્દોને બદલે, સાચા કર્મોને પ્રાથમિકતા આપીએ છીએ.

તમે શું કહો છો, તેના કરતાં ક્યાંય વધારે મહત્ત્વનું એ છે કે તમે તેને કેવી રીતે કહો છો. કથનીની સરખામણીમાં કરની હંમેશા વધારે શક્તિશાળી હોય છે.

***

જ્ઞાન વાતોડિયું હોય છે, સમજ સારી શ્રોતા હોય છે.

એક મૂર્ખ વ્યક્તિ વિચારે છે, 'આ તો મને પહેલેથી જ ખબર છે.' તે દરેક નવી વસ્તુને પોતાના મગજમાં આવતા અટકાવી દે છે. જ્યારે એક સમજદાર વ્યક્તિ વિચારે છે, 'મને આખી વાત ખબર નથી.' તે હજુ વધારે સમજ પ્રાપ્ત કરવા માટે મુક્ત વલણ રાખે છે.

***

એક સામાન્ય વ્યક્તિ દરેક બાબત પર મુખ્યત્વે એ દૃષ્ટિકોણથી ધ્યાન આપે છે કે તેને શું ગમે છે અને શું નથી ગમતું. એક સમજદાર વ્યક્તિ દરેક વસ્તુ પર વિસ્તૃત અને સૂક્ષ્મ, બંને દૃષ્ટિકોણથી ધ્યાન આપે છે.

***

જ્યારે તમે પોતાની સમસ્યાઓને તમારા મિત્રો સાથે વહેંચો છો, ત્યારે તમે ઉકેલની અપેક્ષા નથી રાખતા. તમે માત્ર એ વાત માટે આભારની લાગણી અનુભવો છો કે તે તમારી સાથે છે અને તમારી વાતો સાંભળવા માટે તૈયાર છે.

જો કોઈ તમને પોતાની સમસ્યા વિશે વાત વહેંચે, ત્યારે તેનો ઉકેલ આપવાનું દબાણ ન અનુભવો. માત્ર તેની વાતોને ધ્યાનથી સાંભળો. આમ કરવું સામેવાળા માટે હંમેશા વધારે સહાયક સિદ્ધ થાય છે.

જ્યારે હું મારી અંદર ઊંડાણથી ડોકિયું કરું છું, ત્યારે મને અનુભૂતિ થાય છે કે હું વાસ્તવમાં લોકો પાસે શું ચ્છું છું. મારી વાતોને ધ્યાનથી સાંભળનારા જાગૃત શ્રોતા, મારા અસ્તિત્વ અને મારા મૂલ્યનો સ્વીકાર કરનારા કરુણાપૂર્ણ શબ્દ, મારી ખામીઓ અને અસુરક્ષાઓને સ્વીકાર્ય ભાવ સાથે જોનારી સૌમ્ય દૃષ્ટિ.

હું મારી આસપાસના લોકો માટે સૌમ્ય દૃષ્ટિ અને કરુણાપૂર્ણ શબ્દોવાળો જાગૃત શ્રોતા બનવાનો સંકલ્પ લઉં છું.

***

એક ખરાબ ડ્રાઈવર ગાડી ચલાવતી વખતે વારંવાર બ્રેક મારતો રહે છે. એક ખરાબ વાર્તાકાર પણ વાતચીત દરમિયાન વારંવાર બ્રેક મારે છે – તે પોતાની કથાઓથી વાતચીતનો પ્રવાહ તોડે છે.

***

તમે એક ક્ષણ માટે કોઈને મૂર્ખ બનાવી શકો છો, પરંતુ લાંબા સમય સુધી કોઈને મૂર્ખ બનાવી રાખવા મુશ્કેલ છે. એ તો માત્ર સમય જ જણાવશે કે કોઈએ જે કહ્યું, તે મનથી કહ્યું હતું, અથવા પોતાની મનવાંછિત વસ્તુ મેળવવા માટે તે વ્યક્તિ ખોટું બોલી હતી. એક ક્ષણિક જૂઠું બોલી ભલે તેણે પોતાની મનગમતી વસ્તુ પ્રાપ્ત કરી લીધી હોય પણ એ તથ્ય કે તે તમારી સાથે ખોટું બોલી હતી, તેના મૃત્યુ સુધી તેની સાથે રહેશે.

જો કોઈ ઈર્ષા કે અપેક્ષા ન હોય, તો સૌથી ધનવાન કે સૌથી શક્તિશાળી વ્યક્તિ પણ આપણા માટે બસ એક સામાન્ય વ્યક્તિ હોય છે. જ્યારે આપણે તેની ઈર્ષા કરીએ છીએ અથવા કશુંક પામવાની અપેક્ષા રાખીએ છીએ માત્ર ત્યારે જ આપણે અસંતુષ્ટ થઈ પોતાના પરનો અંકુશ ગુમાવી દઈએ છીએ.

***

સકંજામાં લઈને છેતરનારા ઠગ લોકો ભવિષ્યમાં થનારા ફાયદાઓ વિશે હંમેશા મીઠી-મીઠી વાતો કરે છે અને એ વાત પર ભાર મૂકે છે કે જો આપણે તેમને ધ્યાનથી સાંભળીએ તો દરેક વસ્તુ કારગર નીવડશે. જ્યારે આપણી અંદર લાલચ જાગે છે, ત્યારે જ આપણે છેતરાઈએ છીએ.

***

એક ચતુર સોદેબાજ જે ઈચ્છે છે, તે બધું પ્રાપ્ત કરીને પણ બીજા પક્ષને એ વિચારવા માટે પ્રેરિત કરે છે કે તે વિજયી રહે. જો બીજો પક્ષ જૂઠી પ્રશંસાથી ખુશ થઈને પોતાને શ્રેષ્ઠ અનુભવતા ચતુર સોદેબાજને પોતાની રીતે આગળ વધવા દે છે. તો તેનો અર્થ એ છે કે વાસ્તવમાં બીજો પક્ષ નહીં પરંતુ ચતુર સોદેબાજ વિજેતા રહ્યો છે.

એક ક્રૂર વિડંબના-

પૂર્ણ મહેનતથી કામ કરનારને ઈનામ તરીકે વધારે કામ આપવામાં આવે છે.

***

જો આપણે લોકો પર તાત્કાલિક ઉપકાર કરી દઈએ છીએ તો લોકો તરત જ આભાર વ્યક્ત કરવાનું ભૂલી જાય છે. જો આપણે કેટલીક શરતો સાથે ઉપકાર કરીએ છીએ તો લોકો ખૂબ આભાર વ્યક્ત કરે છે.

પ્રકરણ - 7
ભવિષ્ય

પ્રોત્સાહનના બે શબ્દ ભવિષ્ય બદલી શકે છે

ખ્રિસ્તી ધર્મથી વિપરીત, બૌદ્ધ પરંપરામાં હજારો ગ્રંથ છે. એમાંથી કેટલાક અત્યાધિક દાર્શનિક પ્રકારના છે – જ્યારે કેટલીક કથાઓ એવી છે, જેમાં જીવનના મહત્ત્વના પાઠ વણાયેલા છે. તેમાં મારું મનપસંદ છે, લોટસ સૂત્ર, જેમાં દાર્શનિક શિક્ષણ અને નીતિપરક કથાઓ બંને છે. દરેક પવિત્ર ગ્રંથની જેમ, હું તેનો જેટલો અભ્યાસ કરું છું, તેટલી ઊંડાણથી એટલો જ વિસ્મિત રહી જાઉં છું.

હમણાં જ જ્યારે હું એકવાર ફરીથી લોટસ સૂત્ર વાંચી રહ્યો હતો ત્યારે 'પાંચસો શિષ્ય માટે પ્રબુદ્ધતાની ભવિષ્યવાણી' શીર્ષકવાળા પ્રકરણે મારું વિશેષપણે ધ્યાન ખેંચ્યું. આ પ્રકરણ એ વાતનું સમર્થન કરે છે કે કેવી રીતે બુદ્ધે પોતાના પાંચસો શિષ્યોને સંપૂર્ણ પ્રબુદ્ધતા મળવાની ભવિષ્યવાણી કરતા કહ્યું હતું કે એક નિશ્ચિત સમય પછી તે બધા બુદ્ધ બની જશે. પ્રબુદ્ધતાની ભવિષ્યવાણી, માત્ર બુદ્ધ દ્વારા આપવામાં આવેલી ગેરંટી નથી બલકે તેમનું કરવામાં આવેલું પૂર્વાનુમાન છે કે તેમના શિષ્ય ક્યારે અને ક્યા બિંદુ પર આવીને બુદ્ધત્વના અંતિમ ચરણમાં પહોંચશે. પોતાના ભવિષ્ય વિશે બુદ્ધના ઉત્સાહજનક શબ્દો સાંભળીને બધા પાંચસો શિષ્ય ખૂબ ખુશ થાય છે અને નિરંતર સાધનામાં લીન રહેવાનો સંકલ્પ કરે છે. જ્યારે પણ હું બુદ્ધની ભવિષ્યવાણીવાળી આ કથા સાંભળું છું ત્યારે મને મારી પ્રાઈમરી સ્કૂલની ટીચર મિસેજ લી યાદ આવે છે, જેમણે મારા ભવિષ્ય વિશે અસામાન્ય ભવિષ્યવાણી કરી હતી.

હું દરેક રીતે એક સરેરાશ બાળક હતો, જે એક મધ્યમવર્ગીય પરિવારમાંથી આવતો હતો અને સરેરાશ કદ ધરાવતો હતો. હું સૌથી હોંશિયાર વિદ્યાર્થી તો નહોતો પરંતુ તોફાની પણ નહોતો. મને યાદ છે, મિસેજ લી જીવનના ત્રીજા દાયકામાં હતી અને જરા આકરો મિજાજ ધરાવતી મહિલા હતી. તેમને એક દીકરો પણ હતો, જે એ જ શાળામાં ભણતો હતો, હું તેને સારી રીતે જાણતો હતો કારણ કે પાછલા વર્ષે અમે બંને એક જ

વર્ગમાં હતા. એક દિવસ શાળા છૂટ્યા પછી જ્યારે હું ત્યાંના પ્રાંગણમાં ફરતો હતો. ત્યારે મિસેજ લીનો એક દીકરો મારી પાસે આવ્યો અને તેણે મને તેના ઘરે રમવા માટે આમંત્રિત કર્યો – તેણે કહ્યું કે તેના માતા-પિતા તેના માટે કેટલાક નવા રમકડાં ખરીદી લાવ્યા છે. આ સાંભળીને મારા મનમાં લાલચ જન્મી પણ મને ડર હતો કે ક્યાંક તેના ઘરે મારો સામનો મિસિસ લી સાથે ન થઈ જાય. મારો સંકોચ જોઈ તેણે મને આશ્વાસન આપ્યું કે તેની મા ભાગ્યે જ ક્યારેક ચાર વાગ્યા પહેલા ઘરે આવે છે. મેં પહેલા તેની સાથે નક્કી કર્યું કે હું ચાર વાગતા પહેલા ત્યાંથી નીકળી જઈશ એ પછી જ હું તેની સાથે રમવા માટે રાજી થયો.

તેના ઘરે નવા રમકડાં સાથે રમવામાં અમને બંનેને ખૂબ મઝા આવી. હું રમતમાં એટલો મગ્ન થઈ ગયો કે સમય જોવાનું જ ભૂલી ગયો. ત્યારે અચાનક તેના ઘરનો આગળનો દરવાજો ખૂલ્યો અને એ વિચારીને ચિંતિત થઈ ગયો કે મને હવે મારું હોમવર્ક કરવાને બદલે આ રીતે રમવા માટે સજા મળશે. પણ મિસિસ લી એ એક મુક્ત હાસ્ય સાથે મારું સ્વાગત કર્યું ત્યારે મારા આશ્ચર્યનો પાર ન રહ્યો. તેમણે ખૂબ ઉત્સાહથી મારી સાથે વાત કરી અને મને પ્રેમથી ભેટ્યા જાણે હું તેમનો જ દીકરો હોઉં. તેમનું આલિંગન મેળવીને મને અનુભૂતિ થઈ કે તે વાસ્તવમાં એક સજ્જન અને પ્રેમ કરનારી મહિલા છે. પણ સ્કૂલમાં તેમને પોતાના વર્ગ પર નિયંત્રણ રાખવાનું હોય છે એટલે ત્યારે ત્યાં કડક દેખાવા સિવાય તેમની પાસે બીજો કોઈ વિકલ્પ નહોતો. તેમણે મને એ ખાસ નાસ્તો કરાવ્યો જે તે મારા મિત્ર એટલે કે પોતાના દીકરાને માત્ર વિશેષ પ્રસંગોએ જ ખવડાવતા હતા. જ્યારે હું તે ખાઈ રહ્યો હતો ત્યારે તેમણે ધીમેથી મારા માથા પર હાથ ફેરવ્યો અને કહ્યું, 'તું એક સારો વિદ્યાર્થી છું અને એક દિવસ પોતાના મિત્રો માટે આદર્શ બનીશ. મને વિશ્વાસ છે કે તું એક મહાન વ્યક્તિ બનીશ, જે ઘણા લોકો માટે જ્ઞાન, વિવેક અને આનંદ લઈને આવશે.'

આ સાંભળીને મારું યુવાન મન દ્રવિત થઈ ગયું, જેને હું શબ્દોમાં વર્ણવી શકતો નથી. એ દિવસ પછી હું ખૂબ મહેનત કરીને અભ્યાસ કરવા લાગ્યો અને બીજા વિદ્યાર્થીઓ માટે આદર્શ બનવાનો પ્રયત્ન કરવા લાગ્યો. જો કે મિસિસ લી એ મારા પર વિશ્વાસ બતાવ્યો હતો એટલે મેં નક્કી કર્યું હતું કે હું તેમને નિરાશ નહીં કરું. મને લાગે છે કે આજે હું જે કંઈપણ છું તે એટલા માટે છું કારણ કે એ દિવસે તેમણે મને એ વાત કહી

હતી. તેમના તે કરુણાપૂર્વ અને ઉદાર શબ્દો વિના મારી અંદર એકેડેમિક ઉત્કૃષ્ટતા પ્રાપ્ત કરવા કે એક પ્રોફેસર અથવા આધ્યાત્મિક ગુરુ બનવાનો આત્મવિશ્વાસ પેદા જ ન થયો હોત.

લોટસ સૂત્ર અનુસાર બુદ્ધે પોતાના શિષ્યો વિશે તે ભવિષ્યવાણી કરી હતી કારણ કે તેમની અંદર એ જોવાની અલૌકિક ક્ષમતા હતી કે તે બધા બુદ્ધત્વના અંતિમ ચરણને ક્યારે પ્રાપ્ત કરશે. પણ મને નથી લાગતું કે બુદ્ધના શિષ્યોએ તેમની ભવિષ્યવાણી સાંભળવાને કારણે આપોઆપ જ પ્રબુદ્ધતા પ્રાપ્ત કરી લીધી, મને લાગે છે કે તેનો સંબંધ ઘણા અંશે એ વાત સાથે હતો કે બુદ્ધે તેમના પર પોતાના વિશ્વાસ દર્શાવ્યો, જેનાથી તેમને પોતાના ગુરુની ભવિષ્યવાણી પૂર્ણ કરવા માટે આકરી મહેનત કરવાની પ્રેરણા મળી.

મારા માટે મિસિસ લી ના શબ્દોની જેમ જ, બુદ્ધનો વિશ્વાસ દર્શાવનારા શબ્દો અને તેમની પ્રેમપૂર્ણ દૃષ્ટિએ તેમના પાંચસો શિષ્યોનું જીવન બદલી નાખ્યું. કરુણા અને આશાની સાથે કહેવામાં આવેલા પ્રોત્સાહનના બે શબ્દ કોઈ વ્યક્તિનું ભવિષ્ય પણ બદલી શકે છે, બરાબર એ જ રીતે, જેમ મિસિસ લી ના શબ્દોએ મારું અને બુદ્ધના શબ્દોએ તેમના પાંચસો શિષ્યોનું ભવિષ્ય બદલી નાખ્યું.

કેટલાક લોકો કહે છે કે તે ખરેખર નથી જાણતા કે તે જીવનમાં શું શોધી રહ્યા છે. બની શકે કે આવું એટલા માટે હોય, કારણ કે તે પોતે કેવો અનુભવ કરે છે, તે સમજવાને બદલે અત્યાર સુધી તે બીજાની અપેક્ષાઓ પ્રમાણે જીવતા આવ્યા હતા. પોતાનું જીવન બીજાને સંતુષ્ટ કરવા માટે નહીં, બલકે પોતાના મનની ઈચ્છાઓ પૂર્ણ કરવા માટે જીવો.

***

મારા પ્રિય યુવા મિત્રો, તમે જરા પાછળ રહી ગયા છો તો તેના કારણે નિરાશ ન થશો. જીવન કોઈ સો મીટરવાળી રેસ નથી, જેમાં તમારે તમારા મિત્રો સાથે સ્પર્ધા કરવાની હોય. પરંતુ એક આજીવન ચાલનારી મેરેથોન છે જેમાં તમારી સ્પર્ધા માત્ર તમારી જાત સાથે છે. પોતાના મિત્રોથી આગળ નીકળવાને બદલે પોતાની અંદરની અનોખી જીવંતતાને શોધવાનો પ્રયત્ન કરો.

'હૈમિન સુનિમ, હું આશા રાખું છું કે તમે પણ દલાઈ લામાની જેમ એક મહાન ગુરુ બનો.' 'આપના સજ્જનતાપૂર્ણ શબ્દો માટે ધન્યવાદ. હું પરમ પાવન દલાઈ લામાનો ગહન પ્રશંસક છું. પરંતુ હું દલાઈ લામા બનવા નથી ઈચ્છતો. હું હૈમિન સુનિમ જ બનવા ઈચ્છીશ.'

***

સમૂહમાં તરતી માછલીઓની જેમ અહીં-તહીં મંડરાયા ન કરશો, તે પણ માત્ર એટલા માટે કારણ કે તમારા મિત્રો આવું કરી રહ્યા છે અથવા એટલા માટે કારણ કે બીજા લોકો કહી રહ્યા છે કે તમારે આમ કરવું જોઈએ. પોતાના વિશ્વાસો પર ટકી રહો. વર્તમાન માપદંડોને પલટાવી નાખો અને એક ટ્રેંડસેટર બનો.

***

જો ક્યારેક મારે કોઈ બાળક થયું તો કેટલીક બાબતો એવી છે, જે હું તેને ચોક્કસ શીખવવા ઈચ્છીશ – ભલે કેટલાક લોકો ગમે તેટલા પ્રસિદ્ધ, શક્તિશાળી અને ધનવાન હોય, પણ તે અન્ય લોકો કરતાં ખૂબ વધારે જુદા નથી.

આપણે સહુ ગહન જોડાણ અને બિનશરતી સ્વીકૃતિ પામવા માટે તરસીએ છીએ. આપણી અસુરક્ષાઓ અને બીજા પાસેથી સમર્થન મેળવવાની આપણી આવશ્યકતા એવી જ છે, જેવી તેમની છે. તેથી પોતાની જાતને કોઈથી ઉતરતા અનુભવવાનું કોઈ કારણ નથી.

***

જો તમે એક બાળકનો ઉછેર કરી રહ્યા છો, તો યાદ રાખો – જો તમારું બાળક કોઈ એક ક્ષેત્રમાં સારું પ્રદર્શન કરે છે અને બાકીના ક્ષેત્રોમાં નથી કરી શકતું તો પણ ઠીક છે.

એક લાંબા-પહોળા મેનુવાળા રેસ્ટોરાંની સરખામણીએ કેટલાક વિશિષ્ટ વ્યંજનોમાં વિશેષજ્ઞતા ધરાવનારા રેસ્ટોરાંની પ્રતિષ્ઠા વધવાની શક્યતાઓ ઘણી વધારે હોય છે. પોતાના બાળકને તેની રસ-રુચિના ક્ષેત્રમાં ઊંડાણમાં જવામાં મદદ કરો. પ્રતિભાશાળી હોવાનો અર્થ શાળામાં સતત એ ગ્રેડ લાવવો અને ઊંચો એસએટી સ્કોર પ્રાપ્ત કરવો એટલો જ માત્ર નથી થતો. તેનો અર્થ એ પણ છે કે બાળક બીજા પ્રત્યે સહાનુભૂતિ રાખવામાં સક્ષમ છે અને એ વાતની સમજ પણ ધરાવે છે કે અન્ય લોકો કેવું અનુભવે છે.

***

શું તમે એક નિયંત્રણ રાખનારા માતા કે પિતા છો? શું તમે તમારા બાળક પર જરૂર કરતાં વધારે ધ્યાન આપો છો? જો આ પ્રશ્નોનો જવાબ હા છે, તો થોડું ધ્યાન પોતાના માતા-પિતા તરફ પણ લઈ જાઓ. જો તમે તમારા માતા-પિતા સાથે સારું વર્તન કરો છો, તો તમારું બાળક પણ શીખી જશે કે ભવષ્યમાં તેણે તમારી સાથે કેવું વર્તન કરવાનું છે.

કેટલાક બાળકોને નાની ઉંમરથી જ પ્રતિસ્પર્ધા કરવાનું અને એ વાતની ચિંતા કરવાનું શીખવી દેવામાં આવે છે કે તેમના માતા-પિતા શું કહેશે અને તેમની અંદર આ વાત માટે અસુરક્ષાની લાગણી જન્માવી દેવામાં આવે છે કે તેમના મિત્ર તેમને કેવા ધારશે.

તેમને જણાવો કે જીવનનો આનંદ લેવામાં કશું જ ખોટું નથી. તેમને પોતાની અંદર એવી પ્રતિભાઓ શોધવામાં મદદ કરો, જેને કોઈ શ્રેણીમાં ન મૂકી શકાય. તેમનું સમ્માન કરો જેથી તે જાણી શકે કે સમ્માન મળવાથી કેવું લાગે છે.

હાઈ સ્કૂલોમાં સૌથી આવશ્યક જીવન કૌશલ્ય શા માટે શીખવવામાં આવતા નથી? જેમ કે – રસોઈ કેવી રીતે બનાવવી કોઈની સાથે ડેટ પર કેવી રીતે જવું, પોતાનું વજન સંતુલિત કેવી રીતે રાખવું, કોઈ નિષ્ફળતા પછી ફરીથી પોતાનો આત્મવિશ્વાસ કેવી રીતે પ્રાપ્ત કરવો, પોતાના વિચારો અને લાગણીઓ માટે સજાગ કેવી રીતે રહેવું.

***

પોતાના રેઝ્યુમેને માત્ર નોકરી મેળવવા માટે શ્રેષ્ઠ ન બનાવશો બલકે કોઈ નવી વસ્તુ શીખવાની પ્રક્રિયાનો આનંદ પણ મેળવો માત્ર પોતાની મંઝિલ સુધી પહોંચવા માટે કર્મ ન કરશો. પરંતુ માર્ગમાં પ્રવાસનો આનંદ પણ મેળવો.

ભલે સ્વયંસેવા કરવા પાછળ તમારા કોઈ અન્ય ઉદ્દેશ પણ હોય, પણ બની શકે કે લોકોની મદદ કરવા અને તેમની સાથે જોડાવાની પ્રક્રિયામાં તમે જીવન અને આનંદનો અર્થ પણ શોધી લો. તેથી તમે વાસ્તવમાં સ્વયંસેવા શા માટે કરવા ઈચ્છતા હતા તેની પરવા કર્યા વિના સ્વયંસેવા કરવી મહત્ત્વની છે.

***

જ્યારે નવું કૌશલ્ય વિકસિત કરવાની વાત હોય ત્યારે આપણને બે પ્રકારના લોકો જોવા મળે છે. જો ટાઈપિંગ શીખવું હોય તો પહેલા પ્રકારના લોકો ટાઈપરાઈટરનો અભ્યાસ કરીને તેની શરૂઆત કરે છે. જ્યારે બીજા પ્રકારના લોકો, ટાઈપરાઈટરના કળપટલ પર પોતાની આંગળીઓ ઝડપથી ફેરવીને. તેની શરૂઆત કરે છે. એ જ રીતે કોઈ વિદેશી ભાષા શીખવી હોય, તો પહેલા પ્રકારના લોકો સૌથી પહેલા એ ભાષાના વ્યાકરણમાં પારંગત થવાનું પસંદ કરે છે જ્યારે બીજા પ્રકારના લોકો પ્રાયોગિક રીત અપનાવે છે અને જરૂર પડતા બોડી લેંગ્વેજની પણ મદદ લે છે.

સામાન્ય રીતે, પહેલા પ્રકારના લોકોની સરખામણીએ બીજા પ્રકારના લોકો ઝડપથી શીખે છે, કારણ કે તે ભૂલો કરતા ગભરાતા નથી.

પૂર્ણપણે તૈયાર થવા જેવું કશું નથી હોતું. જીવન એક સાહસ છે, જેના માધ્યમથી આપણે શીખીએ છીએ અને પરિપક્વ થઈએ છીએ. નિશંકપણે, આપણે પોતાના બધા વિકલ્પો અંગે ગંભીરતાથી વિચાર કરવો જોઈએ. પણ જો આપણે 100 ટકા નિશ્ચિંત થવાની રાહ જોઈએ છીએ, તો હંમેશા ખૂબ મોડું થઈ જાય છે.

***

જ્યારે તમે કોઈ મહત્ત્વનો નિર્ણય લેવાના હો ત્યારે તેના પર અંતિમ મહોર મારતા પહેલા હંમેશા એક ક્ષણ એવી આવે છે, જ્યાં તમે ખચકાટ અનુભવો છો આ સ્થિતિમાં તમારો હાથ પાછળ ન ખેંચશો. તમે ગંભીર વિચાર-વિમર્શ કર્યા પછી જ આ કરી રહ્યા છો. તો હવે પાછળ વળીને ન જોશો. પોતાના પસંદ કરેલા માર્ગ પર પૂરા સાહસ સાથે આગળ વધો, બરાબર એ જ રીતે જેમ કોઈ સિંહ જંગલમાં પોતાના માર્ગ પર આગળ વધે છે.

ક્યારેક ક્યારેક તમારે પોતાના વિશ્વાસોની સાથે જબરદસ્તી આગળ વધવું પડે છે. તમે દરેક વ્યક્તિને ખુશ કરી શકતા નથી. કોઈ તમારી ટીકા કરી શકે છે માત્ર એ ડરથી પાછા ન પડશો. બની શકે છે કે કેટલાક લોકો તમારા દુશ્મન પણ બની જાય, પણ અન્ય ઘણા લોકો આ વાત મટે તમારું સમ્માન પણ કરશે કે તમે પોતાના વિશ્વાસો સાથે આગળ વધવા માટે અડીખમ રહ્યા.

***

માત્ર આ કારણસર ઘણા અવસરોને તમારા હાથમાંથી જવા ન દેશો, કારણ કે હજુ તમે વધારે તૈયારી કરવાની જરૂર અનુભવો છો. બની શકે કે જ્યારે તમે પૂર્ણપણે તૈયાર હો, ત્યારે તે અવસર તમને ન મળે. તમે એકદમ તૈયાર છો અને પડકાર સ્વીકારી શકો છો.

***

સવારે ઉઠીને પોતાની જાતને કહો – 'બીજા લોકો મને જે કરવાનું કહે છે, હું માત્ર તે જ કરવામાં આજનો દિવસ નિષ્ક્રિયતામાં નહીં વીતાવું. હું તેની લગામ મારા હાથમાં લઈશ અને મારું ભાગ્ય પોતે જ ઘડીશ

સપ્તાહનું એક લક્ષ્ય નક્કી કરો. પોતાની પાસે એક લક્ષ્ય હોવું અને ન હોવું તેમાં ઘણો ફેર છે. એક મહત્ત્વની ઉપલબ્ધિ પ્રાપ્ત કરવાની શરૂઆત એક વિચારમાત્રથી જ થાય છે.

***

તમારું સ્વપ્ન ભલે સામાન્ય હોય પણ તેને માત્ર પોતાના સુધી સીમિત ન રાખો. તેના વિશે બીજા સાથે વાત કરો. જ્યાં સુધી તમે દસ લોકોને આ વિશે જણાવશો ત્યાં સુધીમાં શક્ય છે કે તે સાચા થવા લાગે.

***

આ બંને બાબતોને એક જ સમયમાં અજમાવી જુઓ – કલ્પના કરો કે તમે પહેલેથી જ એક ચેમ્પિયન છો અને પછી ખરેખર ચેમ્પિયન બનવા માટે પૂર્ણ લગનીથી કામ કરો. કલ્પના અને વાસ્તવિકતાની વચ્ચેનું આ આંતર ખૂબ ઝડપથી દૂર થઈ જશે.

એ શોધી કાઢો કે તમે જીવનમાં ખરેખર શું કરવા ઈચ્છો છો

તમે તમારા જીવનમાં ખરેખર શું કરવા ઈચ્છો છો, તે શોધવું સહેલું નથી હોતું. જો કે કેટલાક લોકો ખૂબ નાની વયથી જ જાણતા હોય છે કે તે શું ઈચ્છે છે પણ મોટાભાગના લોકોને પોતાનો સાચો માર્ગ શોધવામાં વર્ષો વીતી જાય છે. જ્યારે કોઈ મને આ વિશે પૂછે છે તો હું તેને એ જ સલાહ આપું છું –

સૌથી પહેલી વાત, તમે શું કરવા ઈચ્છો છો, એ શોધી શકવાનું મુશ્કેલ લાગવાનું પહેલું કારણ એ છે કે તમે એ નથી જાણતા કે આખરે વિશ્વમાં કેવા-કેવા પ્રકારના વ્યવસાય ઉપલબ્ધ છે. પોતાના પરિવાર અને મિત્રોના માધ્યમથી જાણવા મળતા વ્યવસાયો ઉપરાંત તમે અન્ય વિકલ્પ ક્યાં શોધી શકો છો?

પોતાની જાતને ઘણી બધી વસ્તુઓનો પરોક્ષ અનુભવ કરાવવાની સૌથી સારી રીત છે, વાંચવું. શું તમે વિજ્ઞાન, પ્રવાસ, ફેશન, કલા કે રાજકારણ વિશે કશું વાંચ્યું છે ? કે પછી શિક્ષણ, મનોવિજ્ઞાન, નાણાં, આરોગ્ય, ભોજન, સંગીત અથવા રમત વિશે ? વિભિન્ન વ્યવસાયો વિશે જાણવા માટે વ્યાપક રીતે વાંચો. જો તમે કોઈના પ્રશંસક હો તો તેનું અનુકરણ કરવા માટે તેની આત્મકથા પણ વાંચી શકો છો. પુસ્તકો તમારી સમજનું ક્ષેત્રફળ તો વધારે જ છે સાથે નવી શક્યતાઓ સાથે તમારો પરિચય પણ કરાવે છે.

બીજું, માણસ શું કરવા ઈચ્છે છે એ જાણવું એટલા માટે પણ મુશ્કેલ હોય છે કારણ કે ઘણા લોકો ભૂલથી એમ સમજી લે છે કે પોતાના અસલી ઝનૂનને શોધવા માટે તેમણે માત્ર પોતાની અંદર ડોકિયું કરવાની જરૂર છે. જો કે તેમાં બેમત નથી કે આપણી કેટલીક જન્મજાત રુચિઓ અને પ્રતિભાઓ હોય છે, પરંતુ તે વાસ્તવમાં શું છે, તે આપણે જ્યાં સુધી વાસ્તવિક જીવનના અનુભવો ન હોય ત્યાં સુધી જાણી શકતા નથી. વિવિધ

પ્રકારના અનુભવ થવાથી તમને પોતાનું સાચું ઝનૂન ઉજાગર કરવામાં મદદ મળી શકે છે.

વિવિધ પ્રકારની પાર્ટ-ટાઈમ નોકરીઓ અને ઈંટર્નશિપ કરીને જુઓ અથવા સ્વયંસેવક તરીકે કામ કરી જુઓ.

ગભરાશો નહીં. બસ પોતાની બાંયો ચઢાવો અને કૂદી પડો.

કોઈ નોકરીનો વાસ્તવિક અનુભવ મેળવવાથી તમે સહેલાઈથી એ શોધી શકશો કે તે તમારા માટે યોગ્ય રહેશે કે નહીં.

કામ કરવાનો અનુભવ તમારા માટે કોઈ એવી તકના દ્વાર ખોલી શકે છે, જેના વિશે તમે ક્યારેય વિચાર પણ ન કર્યો હોય.

ત્રીજું, પૂરતી આત્મ-જાગરૂકતા વિના એ જાણવું મુશ્કેલ હોય છે કે તમે શું કરવા ઈચ્છો છો. શું તમે જાણો છો કે તમે ક્યા પ્રકારના વાતાવરણમાં સૌથી સારો દેખાવ કરો છો? શું બીજા સાથે વાતચીત કરી તમને ઉર્જા મળે છે ? શું તમે દબાણમાં સારો દેખાવ કરો છો? તમારી શક્તિઓ અને નબળાઈઓ કઈ છે?

વિવિધ પ્રકારની સ્થિતિમાં અલગ-અલગ પ્રકારના લોકો સાથે વાતચીત કરી તમે પોતાની આત્મ-જાગરૂકતા વધારી શકો છો. જેમ-જેમ વિવિધ લોકો સાથે તમારા સંબંધ વિકસિત થશે, પોતાના વિશે તમારી સમજ ઊંડાણથી વધશે. પછી આ અલગ-અલગ પરિસ્થિતિઓમાં તમારી શક્તિઓ અને નબળાઈઓને દર્શાવનારૂં દર્પણ બની જશે. નવા લોકોને મળવાનું ટાળવાનો પ્રયત્ન ન કરશો. જે ક્ષેત્રમાં તમને રસ છે, તેમાં કામ કરનારા લોકોને જાણો. ડેટ્સ પર જાઓ, એ પણ પોતાના વિશે જાણવાની એક સારી રીત છે. કેવા પ્રકારના લોકો તમારા વ્યક્તિત્વને અનુકૂળ છે તે શોધી કાઢો. આ અનુભવોથી તમને એ વિશે એક અંતદૃષ્ટિ મળશે કે તમે કેવા પ્રકારના લોકોને પોતાની આસપાસ રાખવાનું પસંદ કરો છો.

અંતે, બીજા લોકો તમારી કારકિર્દીની પસંદગી વિશે શું વિચારશે તેના આધારે તમારી કારકિર્દીની પસંદગી ન કરશો. હકીકત તો એ છે કે લોકો તમારા વિશે વધારે વિચારતા જ નથી. જો તમને લાગે છે કે કોઈક કામ કરવામાં તમને મઝા આવશે તો પછી વધારે વિચાર ન કરશો. બસ

તેને કરી નાખો. પછી જો તેનું પરિણામ તમારા મન પ્રમાણે ન હોય, તો પણ તમે એ વાત માટે તેની પ્રશંસા કરશો કે તમને તેનાથી ઘણું બધું શીખવા મળ્યું.

મારી શુભકામનાઓ તમારી સાથે છે!

તમારી ક્ષમતાઓનું આકલન તમારા બેંક-બેલેન્સથી નહીં બલકે એ આધાર પર કરો કે તમે કેટલા ઉદાર છો.

***

તમે કઈ કોલેજમાંથી સ્નાતકનો અભ્યાસ કર્યો હતો, એ વાત વધારે મહત્ત્વની નથી. મહત્ત્વ તો એ વાતનું છે કે કોલેજ પછી તમે કેવું જીવન જીવવાનું પસંદ કર્યું છે.

***

જ્યારે કોઈને કામ પર રાખવાના હોય, તો મને એવા લોકો પસંદ પડે છે, જેમનામાં આત્મવિશ્વાસ હોય, પણ સાથે જ જે ભૂલ થાય ત્યારે તેનો સ્વીકાર પણ કરતા હોય. એવી વ્યક્તિને પસંદ કરવા માટે મને કોઈ બીજું પ્રમાણપત્ર જોવાની જરૂર નથી પડતી. કારણ કે તે પોતાની જાત માટે નિશ્ચિંત હોય છે, પણ પોતાના અહમને પોતાના માર્ગમાં અંતરાય બનવા દેતા નથી.' -આન ચેઓલ-સૂ, દક્ષિણ કોરિયાઈ સોફ્ટવેર ઉદ્યમી

***

જ્યારે તમે નોકરીની શોધમાં હો તો એ જાણવાનો પ્રયત્ન કરો કે કંપનીના કર્મચારી ત્યાં કેટલા લાંબા સમય સુધી ટકે છે. કારણ કે આ જાણવું એ વાત કરતાં ઘણું વધારે મહત્ત્વનું છે કે કંપની કેટલી મોટી છે અથવા તમને કેટલી સેલરી ઓફર કરવામાં આવી રહી છે. જો મોટાભાગના કર્મચારી કંપની છોડીને ચાલ્યા જાય છે, તો આ હકીકત કંપની વિશે ઘણું બધું કહે છે.

***

શું તમે પોતાની નવી નોકરી અંગે નર્વસ છો કે પછી ડરેલા છો? શું આવું એટલા માટે છે કારણ કે તમે પોતાના નવા બોસને નિરાશ કરતા ગભરાઓ છો? પોતાના કામ

માટે કોઈપણ પ્રકારના સંકોચ વિના જેટલું બની શકે તેટલો સારો દેખાવ કરવાનો પ્રયત્ન કરો. ભલે તમારું કામ શ્રેષ્ઠ કરતા થોડું ઓછું હોય પણ જો તમે તેના માટે પ્રામાણિક અને સમર્પિત છો, તો તમારા બોસ અને તમારા સહકર્મી તમારું મૂલ્ય જરૂર સમજશે.

***

જો તમને કોઈ એવી ઓફિસમાં જવાની તક મળે છે, જે તમારી પોતાની ઓફિસ કરતા ક્યાંય શ્રેષ્ઠ લાગતી હોય, તો ઈર્ષા અનુભવવાને બદલે જરા સાવધાનીથી ચકાસો. બની શકે છે કે તમને કોઈ એવું નકારાત્મક પાસુ દેખાઈ જાય જેનાથી એ ઓફિસ વિશે તમારો શરૂઆતનો મત બદલાઈ જાય. જેવી તમને એવી કોઈપણ વસ્તુની અનુભૂતિ થશે, તમે પોતાની વર્તમાન નોકરી પ્રત્યે આભારનો ભાવ અનુભવવા લાગશો.

***

એક સારા બોસ બનવા માટે ખૂબ સારું તકનીકી જ્ઞાન જ નહીં બલકે બીજું પણ ઘણું બધું જરૂરી હોય છે. આ માટે તમારી અંદર સત્યનિષ્ઠાનો ભાવ, કર્મચારીઓની સાથે સકારાત્મક સંબંધ સમયસર ફીડબેક આપવો, વ્યવસાયિક સલાહ-સૂચના આપવી અને ટીમ માટે જે જરૂર છે, તેની વકીલાત કરવા જેવા ગુણ હોવા જોઈએ.

એક બોસને એ વાતની વધારે ચિંતા ન હોવી જોઈએ કે લોકો તેને કેવી રીતે જુએ છે કારણ કે એ વાત વધારે મહત્ત્વની નથી. બલકે તેણે તો આ વાત પર ધ્યાન કેન્દ્રિત કરવું જોઈએ કે તેનું કામ તેના કર્મચારીઓ અને ગ્રાહકોને કેવી રીતે પ્રભાવિત કરે છે.

***

એક બુદ્ધિશાળી લીડર પોતાની ટીમમાં માત્ર એ લોકોને જ નથી રાખતો, જે તેની સાથે સહમત હોય છે. તેને ટીમમાં એવી વ્યક્તિ પણ જોઈએ, જે તેની સાથે અસહમત હોઈ શકે, જેથી તે પોતાના નબળા પાસાઓને પણ જોઈ શકે.

***

એક અયોગ્ય લીડર દરેક નાની-નાની વસ્તુને પોતાના નિયંત્રણમાં રાખવાનો પ્રયત્ન કરે છે. આ સ્થિતિમાં તેના કર્મચારી આખરે માત્ર એટલું જ કરી શકે છે, જેટલું તેને કરવાનું કહેવામાં આવે છે. એક કુશળ લીડર જાણે છે કે પોતાના અધીનસ્થોને કેવી રીતે કામ સોંપવાનું છે અને એ પછી તે જુએ છે કે કર્મચારી પોતે કેવી રીતે કામની જવાબદારી લે છે અને સફળતાપૂર્વક મનવાંછિત પરિણામ મેળવે છે.

***

કામ પ્રત્યે કોઈના સમર્પણનું આકલન એ આધાર પર ન કરવું જોઈએ કે તે કેટલા સમય સુધી કામ કરે છે અથવા કેટલી વાર પોતાની રજાઓનો ત્યાગ કરે છે. બલકે તેના સમર્પણનું આકલન એ વાતથી થવું જોઈએ કે તે કેટલી પ્રભાવી રીતે કામ કરે છે, અને વ્યવસાયમાં કેવા પ્રકારનું યોગદાન આપે છે.

***

લોકો હંમેશા પોતાના પહેલા પુસ્તક, પહેલું આલબમ કે પહેલા શો ની સફળતા માટે અયથાર્થવાદી આશાઓ રાખે છે. જે રીતે કોઈ 'કારણ' વિના કોઈ 'પ્રભાવ' નથી પડતો, એ જ રીતે વર્ષોની તૈયારી અને આકરી મહેનત વિના સફળતા પણ માત્ર ભાગ્યથી નથી મળતી.

***

તમે જે ઈચ્છો છો, તે મળી જવું, હંમેશા સારું નથી હોતું. જો બધું જ તમે ઈચ્છતા હો એવું જ થઈ જાય તો પછી તમે ખૂબ સહેલાઈથી આળસુ અને અહંકારી બની જશો. બની શકે કે તમે મુશ્કેલી ઝીલનારાઓની સાથે સહાનુભૂતિ રાખવાની ક્ષમતા પણ ગુમાવી દો. તમારા જીવનમાં જે પણ મુશ્કેલીઓ છે કદાચ તે તમારા જીવનનો એક મહત્ત્વનો પાઠ છે.

એક જોકી ઊભેલા ઘોડાને ક્યારેય કોરડો નથી મારતો. તે માત્ર દોડતા ઘોડાને જ કોરડા મારે છે.

જ્યારે તમારા શિક્ષક તમને વઢે છે ત્યારે તેમની વઢનો શિષ્ટતાપૂર્વક સ્વીકાર કરવાનું શીખો. તે આવું એટલા માટે કરી રહ્યા છે કારણ કે તેમને તમારી પરવા છે. તે માને છે કે તમે હજુ વધારે શ્રેષ્ઠ દેખાવ કરી શકો છો.

***

પૈસાની તુલનામાં તમારી આઝાદી ક્યાંય વધારે મહત્ત્વની છે. વધારે કમાઈને પણ વિવશતાથી જીવવા કરતાં પોતાની ઈચ્છા પ્રમાણે જીવવું વધારે સારું છે. એટલે તમારી આઝાદીનો સોદો ન કરશો.

જો કોઈ તમને કહે છે કે સફળતા મેળવવા માટે તેના જણાવેલા માર્ગ પર ચાલો પણ તમારું મન એ માર્ગ પર ચાલવા માટે તૈયાર નથી, તો મોડું થઈ જાય તે પહેલા પોતાના મનની વાત સાંભળો.

***

સૌથી અસ્પષ્ટ અને સૌથી ઓછું પ્રભાવી કથન – 'જે પણ છે, જેટલું પણ છે, હું તેનો સ્વીકાર કરવા માટે તૈયાર છું.'

***

કેટલાક લોકો ઈચ્છે છે, તેમના બધા નિર્ણય કોઈ બીજું કરે – તેથી જાદુ કરનારા કલ્ટ લીડરોની પાસે એવા લોકો પાસેથી ફાયદો ઉઠાવવાની ભરપૂર તક હોય છે.

***

પોતાના જીવન વિશે નિર્ણય લેવાની શક્તિને ક્યારેય હાથમાંથી જવા ન દેશો. બુદ્ધ અને જિસસનું અસ્તિત્વ એટલા માટે હતું, કારણ કે તમારું અસ્તિત્વ છે. પોતાની જિંદગીના માલિક તમે પોતે છો. પહેલા પોતાને મહત્ત્વ આપો.

હું એક મઠવાસી બન્યો કારણ કે હું જીવનનો સાચો અર્થ જાણવા ઈચ્છતો હતો. કારણ કે હું મારી સાચી પ્રકૃતિ પ્રત્યે જાગૃત થવા ઈચ્છતો હતો. કારણ કે હું સ્વયંને બીજા દ્વારા બનાવવામાં આવેલા સફળતાના માપદંડોને આધીન રાખવો નહોતો ઈચ્છતો. કારણ કે હું જીવનભર પૈસા અને તાકાત પ્રાપ્ત કરવા માટે સંઘર્ષ કરતા મરવા ઈચ્છતો નહોતો.

***

બંજી જંપ કરવાની માત્ર એક જ રીત છે – બસ છલાંગ મારી દેવી! તમે જેટલું વિચારો છો,

એ એટલું જ મુશ્કેલ લાગવા માંડે છે. જરૂર કરતા વધારે વિચાર કરવો માત્ર ચિંતા અને શંકાને જન્મ આપે છે. 'જો આમ થયું તો ?' કહેવાનું બંધ કરો. ભરોસો રાખો અને બસ છલાંગ મારી દો.

તમે કોઈના કૃપાપાત્ર બનવા માટે કોઈ સમજૂતી કર્યા વિના પોતાના ખભા કસીને સીધા ઊભા થઈ શકો છો, પછી ભલે તમારો સામનો કોઈની પણ સાથે થાય. જો તમે એક પ્રામાણિક અને સમ્માનનીય જીવન જીવ્યા છો તો સાચું બોલવાથી ડરવાની કોઈ જરૂર નથી.

મહાન કોરિયન ઝેન ગુરુ ક્યોંગબોંગ (1892 – 1982) એ એકવાર કહ્યું હતું – 'જેમને પોતાના સાચા સેલ્ફનો સાક્ષાત્કાર નથી થયો. તે અંધ જેવું જીવન જીવે છે અને ખંજવાળ આવતા અજાણતા કોઈ બીજાનો પગ ખંજવાળવા લાગે છે જો તમે પોતાનો પગ જાતે ખંજવાળવા ઈચ્છો છો, તો પહેલા પોતાના સાચા સેલ્ફને જગાડો.'

પ્રકરણ - ૪

આધ્યાત્મિકતા

વિખૂટા પડેલા પિતરાઈ ભાઈ

બીજા પર દોષ ન નાખશો જેથી તમારા પર પણ દોષ ન મૂકાય કારણ કે જે રીતે તમે દોષ નાખો છે, એ જ રીતે તમારા પર દોષ નાખવામાં આવશે, અને જે માપદંડના આધાર પર તમે આમ કરતા હો, તેના જ આધાર પર તમારી સાથે પણ એવું કરવામાં આવશે.

-મૈથ્યુ 7:1-2

જ્યારે પણ હું બાઈબલનો ઉપરોક્ત અંશ વાંચુ છું ત્યારે મને બૌદ્ધ પરંપરામાં રહેલું એવું જ એક દર્શન યાદ આવે છે, જેને કર્મનો નિયમ કહે છે. જેમ કે ઘણા લોકો જાણે છે, આ 'કારણ અને પ્રભાવ'નો નિયમ છે, જેને હંમેશા ટૂંકમાં 'જેવું વાવશો, તેવું લણશો' અથવા 'જેવું કરશો તેવું પામશો' તરીકે વ્યક્ત કરવામાં આવે છે. આ ખરેખર એક અદભુત સલાહ છે, જે આપણને આપણા વિચારો, આપણી વાણી અને આપણા વ્યવહારને ચકાસવા-તપાસવા માટે મજબૂર કરે છે. આમ તો હું એક બૌદ્ધ છું પણ બાઈબલના ઘણા અંશોની ગહનતાથી પ્રભાવિત રહ્યો છું. પહેલી વાર મેં બાઈબલનું ગંભીર અધ્યયન કોલેજમાં કંપેરેટિવ રિલીજન (તુલનાત્મક ધર્મમીમાંસા) ના વર્ગ માટે કર્યું હતું. મેં ખ્રિસ્તી ધર્મનો ઈતિહાસ જાણ્યો અને બાઈબલના વિવિધ પ્રકરણોનું વિશ્લેષણ કર્યું. ખૂબ ઝડપથી મારા મને તેને સ્વીકારી લીધું. મેં અનુભવ્યું કે સત્ય કોઈ ધર્મની વસિયત નથી. આમાં એક સાર્વભૌમિક ગુણ હોય છે, જે વિભિન્ન ધાર્મિક પરંપરાઓના લોકોને તેની ઓળખ કરવા અને તેનું સમ્માન કરવાની અનુમતિ આપે છે.

લગભગ બે વર્ષ પહેલા મને મારા બૌદ્ધ ધર્મના કેટલાક વરિષ્ઠ ભિક્ષુઓની સાથે ફ્રાન્સના પૂર્વ વિસ્તારમાં આવેલા તેઈજી નામના ગામની યાત્રા કરવાનો અનોખો અવસર મળ્યો. આ એક સાર્વભૌમિક ખ્રિસ્તી મઠવાસી સમુદાય છે, જ્યાં બધા મઠવાસી બાઈબલને અનુરૂપ જીવન જીવે છે.

તેઈજી એક ખ્રિસ્તી તીર્થસ્થળ તરીકે પ્રસિદ્ધ છે જ્યાં વિશ્વભરમાંથી દર વર્ષે એક લાખ કરતાં પણ વધારે યુવાન તીર્થયાત્રી આવે છે. આ તીર્થયાત્રી સામાન્ય રીતે આ સમુદાયમાં સાત દિવસ વીતાવે છે અને સવાર, બપોર અને સાંજની પ્રાર્થનાઓમાં સામેલ થવા અને મૌનમાં બેસી વિચાર કરવા ઉપરાંત સંક્ષિપ્ત સામૂહિક ચર્ચાઓમાં ભાગ લે છે. હું તેજી સમુદાયના આત્માને ઝંકૃત કરી મૂકનારા મંત્રોથી પહેલેથી જ પરિચિત હતો અને તેની અદભુત પ્રાર્થના સેવામાં સામેલ થવાની રાહ જોતો હતો.

જ્યારે અમે આ રમણીય ગામમાં પહોંચ્યા ત્યારે સમુદાયના ભાઈઓએ આવીને ખૂબ ઉત્સાહથી અમારું સ્વાગત કર્યું. સફેદ પોશાક, વિનમ્ર હાસ્ય અને શાંતિપૂર્ણ ઉપસ્થિતિવાળા આ ભાઈઓ દેવદૂતોથી ઉતરતા નહોતા. અમારો હળવા ભૂખરા રંગોનો પોશાક તેમના સફેદ પોશાક સાથે ઘણો મળતો આવતો હતો, જાણે અમે બધા એક મોટા પરિવારના સભ્ય હોઈએ. તેમણે અમને સમુદાયનો પ્રવાસ કરાવ્યો અને અધિકારીક રીતે અમારું સ્વાગત કરવા માટે 'કોન્ફિટેમિની ડોમિનો'નો જાપ કર્યો – જે મારા જીવનમાં મેં સાંભળેલા સૌથી સુંદર ગીતો પૈકીનું એક હતું. અમને તેમના નિવાસસ્થાને આમંત્રિત કરવામાં આવ્યા, જ્યાં અમારી વચ્ચે સારી વાતચીત થઈ અને પછી અમે બધા ચર્ચ ઓફ રીકન્સિલીએશનમાં જઈને બપોરની પ્રાર્થનામાં સામેલ થયા. અમે તેઈજીમાં જેટલો વધારે સમય વીતાવ્યો, એટલી જ મને બૌદ્ધ મઠવાસી જીવન અને તેમના સમુદાય વચ્ચે સમાનતાઓ જણાઈ. સમુદાયના સભ્ય પોતાના અંતરમાં રહેલા ઈશ્વરના અંશ તરફ ધ્યાન કેન્દ્રિત કરવા માટે કલાકો મૌન પ્રાર્થના કરતા હતા, જે અમારી મૌન ધ્યાન સાધનાથી અલગ નહોતું. એક બીજી સમાનતા એ હતી કે સમુદાયના સભ્ય ઈશ્વર પ્રત્યે પોતાની પ્રતિજ્ઞા દર્શાવવા માટે એક વિશેષ વીંટી પહેરતા હતા, જેમ કે મારા ધર્મના સંન્યાસી જ્યારે પોતાના સંપૂર્ણ નીતિવચન ગ્રહણ કરે છે ત્યારે ડાબા હાથ પર ભભૂતિ લગાવી રાખે છે.

કેટલાક લોકોને લાગી શકે કે આવા સમુદાયોમાં જીવન ખૂબ જ દમનવાળું, આકરું અને મુશ્કેલ રહેતું હશે, પણ એવું નથી. એક મઠવાસી જીવન સહજ સૌંદર્ય અને અપાર આનંદનું જીવન હોય છે. ભિક્ષુઓ કે સંન્યાસીઓને એવી વસ્તુઓમાં પણ ખુશી મળે છે, જે ભૌતિકતાવાદી સફળતા પાછળ દોડી રહેલા લોકોને મામૂલી લાગી શકે છે. ઋતુઓને બદલાતી જોઈને પણ – કનકચંપાના ખીલેલા ફૂલ, પાનખરમાં ચારેય તરફ વિખરાયેલા સુંદર

પાંદડા અને પહેલી હિમવર્ષા – અવર્ણનીય આનંદ અને આભારની લાગણી અનુભવાય છે. આસપાસના પહાડી જંગલમાંથી તોડીને લાવવામાં આવેલી તાજી સામગ્રીમાંથી બનાવવામાં આવેલું સામાન્ય ભોજન પણ અસામાન્ય સંતોષ આપે છે. અને મઠવાસી ભાઈ જ અમારા મિત્ર, ગુરુ અને પરિવાર હોય છે તેથી અમે ક્યારેય એકલતા પણ અનુભવતા નથી.

તેઈજીમાં બપોરના ભોજનમાં કિમ્ચી (એક પારંપરિક કોરિયન વ્યંજન) પીરસીને અમને સરપ્રાઈઝ આપવામાં આવી. અમને જણાવવામાં આવ્યું કે સમુદાયના ભાઈઓએ અમારા આવવાના થોડા દિવસ પહેલા જ પોતાના હાથે આ વ્યંજન બનાવવાની તૈયારી શરૂ કરી દીધી હતી. અમે તેમના આ આતિથ્યથી ખૂબ પ્રભાવિત થયા અને અમે જાણતા નહોતા કે આના બદલામાં અમારે તેમના માટે શું કરવું જોઈએ. જો કે અમે એક અલગ ધર્મ અને દેશના હતા, પણ તેમણે અમારું સ્વાગત ખૂબ સ્નેહ અને સમ્માન સાથે કર્યું. કેટલાક દિવસના પ્રવાસ પછી જ્યારે અમે તેઈજીથી પરત ફર્યા ત્યારે અમને એવું લાગ્યું જાણે અમે અમારા વિસરાયેલા પિતરાઈ ભાઈઓને મળીને જઈ રહ્યા છીએ. હું જાણતો હતો કે હવે હું જીવનભર આ બંધનને સંભાળીને રાખીશ. આજે પણ જ્યારે મારી મુલાકાત તેમનામાંથી કોઈ વરિષ્ઠ ભિક્ષુ સાથે થાય છે, જે મારી સાથે તેઈજીની યાત્રા પર ગયા હતા ત્યારે અમે ખૂબ પ્રેમથી યાદ કરીએ છીએ કે અમે ત્યાં કેવી રીતે બગેટ (ફ્રાન્સિસી બ્રેડ) ની સાથે સમુદાયના ભાઈઓના હાથે બનાવેલી કિમ્ચીનો સ્વાદ માણ્યો હતો.

'એક અલગ આધ્યાત્મિક માર્ગ અંગે વિચાર કેવી રીતે કરવો? આપણા મનમાં તેના માટે વિનમ્રતાનો ભાવ હોવો જોઈએ અને એક અન્ય પરંપરા વિશે જાણવાની ઈચ્છા પણ હોવી જોઈએ. જો માત્ર એક અલગ પરંપરા વિશે જાણવામાત્રથી આપણી ધાર્મિક આસ્થા જોખમમાં મૂકાઈ જતી હોય, તો આવી આસ્થા રાખવું કશું કામનું નથી.'

-રેવરેંડ ડૉ.કાંગ વોન યોંગ (1917 – 2006)

***

જે રીતે મારી ધાર્મિક આસ્થા મારા માટે અણમોલ અને મહત્ત્વની છે, શું એ જ રીતે અન્ય ધર્મો પ્રત્યે આસ્થા ધરાવનારાઓની સાથે પણ એવું જ નહીં થાય? જે રીતે મારી મા મને વહાલી છે શું મારા પાડોશી અને તેની મા બાબતે પણ એવું જ નહીં હોય?

કાશ લોકોને એક ધર્મ પ્રત્યે આસ્થા રાખવા અને બીજા ધર્મો પર હુમલો કરવા વચ્ચેનો ફેર સમજાઈ જાય. કાશ ધર્મ ક્યારેય હિંસાને યોગ્ય ઠરાવવા માટે વૈચારિક હથિયાર ન બને.

***

જો જિસસ, બુદ્ધ અને કન્ફ્યુશિયસ જીવિત હોત અને કોઈ એક સ્થળે એકઠા થયા હોત તો શું તે આ વાત પર વિવાદ કરતા કે ત્રણેયમાંથી કોણ સાચું છે? અથવા પછી તે એક-બીજાના શિક્ષણનું સમ્માન અને પ્રશંસા કરતા? ધાર્મિક સંઘર્ષો માટે એ ધર્મોના સંસ્થાપક નહીં બલકે તેમના કટ્ટર અનુયાયી જવાબદાર હોય છે.

ધર્મનો ઉદ્દેશ પોતાને નિયંત્રિત કરવાનો છે, નહીં કે બીજાની ટીકા કરવાનો. હું મારા ક્રોધ, મોહ, ઘૃણા, અભિમાન અને ઈર્ષાનો સામનો કરવા માટે શું કરી રહ્યો છું? આ અમારી એવી બાબતો છે, જેને આપણે આપણા દૈનિક જીવનમાં તપાસવી-ચકાસવી જોઈએ. -પરમ પાવન દલાઈ લામા

***

જ્યારે સાર ભૂલાવી દેવાય છે ત્યારે તેનું સ્થાન કર્મકાંડ લઈ લે છે. જ્યારે આધ્યાત્મિક સાધના પર કર્મકાંડ હાવી થઈ જાય છે, ત્યારે આપણા આંતરિક અનુભવને બદલે બાહ્ય દેખાવ વધારે મહત્ત્વનો થઈ જાય છે. ઉદાહરણ તરીકે, જો તમે પ્રબુદ્ધતાની આશાથી ધ્યાન કરો છો તો તમે કેટલા લાંબા સમય સુધી કે કોની સાથે ધ્યાન કરો છો એ એટલું મહત્ત્વનું નથી જેટલું એ કે તમારી સાધનાએ કેવી રીતે તમારા હૃદય અને તમારા સંબંધોને બદલી નાખ્યા છે.

પ્રોફેસર કાંગ-નામ ઓહ અનુસાર, આસ્થાવાન લોકોને ઉપરછલ્લી રીતે બે વર્ગમાં વિભાજિત કરી શકાય છે – 'સપાટી પરની આસ્થા' ધરાવનાર અને 'ગહન આસ્થા' ધરાવનાર. સપાટી પરની આસ્થા ધરાવનારા આધ્યાત્મિક પ્રતીકોથી બંધાયેલા હોય છે, તે હંમેશા અન્ય આસ્થાઓના આધ્યાત્મિક પ્રતીકો પર વિવાદ કરે છે. ત્યાં ગહન આસ્થા ધરાવનારા એ અર્થોની પણ સમજ ધરાવે છે, જે પ્રતીકો કરતાં પણ ગહન છે. તે વિવિધ આધ્યાત્મિક પરંપરાઓના પ્રતીકોમાં પણ સમાન અર્થ અને સામંજસ્ય શોધી લે છે.

***

'વિધર્મી' એક ભારે શબ્દ છે. તેને દરેક એ મત કે પ્રથા પર મઢવામાં આવ્યો છે જે એ યુગમાં સૌથી હાવી રહેનારી આધ્યાત્મિક આસ્થાને અનુરૂપ નહોતી. જો તમે કોઈ આધ્યાત્મિક માર્ગને વિધર્મી ઠરાવો છો તો યાદ રાખો કે જે આધ્યાત્મિક માર્ગ માટે તમે શ્રદ્ધા ધરાવો છો જ્યારે તે અસ્તિત્વમાં આવ્યો હતો ત્યારે તેને પણ વિધર્મી જ માનવામાં આવતો હતો.

'જે માત્ર એક ધર્મને જાણે છે, તે વાસ્તવમાં કોઈ ધર્મ નથી જાણતો.' -મૈક્સ મૂલર (1823 – 1900) તુલનાત્મક ભાષા, ધર્મ અને પૌરાણિક-શાસ્ત્રના જર્મન વિદ્વાન

અન્ય આધ્યાત્મિક માર્ગો વિશે અજ્ઞાનતા અને ભયનું સંયોજન ધાર્મિક ઉત્પીડન અને હિંસાને જન્મ આપે છે. દુનિયાભરની મુખ્ય પ્રજ્ઞાવાન પરંપરાઓ વિનમ્રતા, પ્રેમ અને સહનશીલતા શીખવે છે. તેના વિશે જાણવાથી કશું ખરાબ નથી થતું.

***

તમે કોઈ આધ્યાત્મિક નેતાના પ્રશંસક હોઈ શકો છો પણ તેને ક્યારેય પોતાનો આદર્શ ન બનાવશો. કોઈ નેતા પર અંધ વિશ્વાસ મૂકવો તમારા વ્યવહારને બાળચેષ્ઠા બનાવી શકે છે જ્યાં તમે પોતાની બધી શક્તિ તેને સોંપી દો છો અને પછી તેને કહે છે કે તે તમારા માટે કામ કરે. તમને દવા તો જણાવી શકાય છે પણ તેનું સેવન તો તમારે જાતે જ કરવું પડે છે.

એક આધ્યાત્મિક નેતા ચંદ્રમા તરફ ઈશારો કરનારી આંગળી જેવો હોય છે. જો આંગળી સ્વયં ચંદ્રમા બનવાનો પ્રયત્ન કરશે, તો તે એક ભાયનક પાપનું કારણ બની શકે છે.

***

પોતાના સમગ્ર સ્વાસ્થ્ય માટે આપણે આપણી ત્રણેય પ્રકારની સમજણ વિકસિત કરવી પડશે – તાર્કિક સમજ, ભાવનાત્મક સમજ અને આધ્યાત્મિક સમજ.જો આપણે આમાંથી કોઈ એક સમજને પણ વિકસિત કરવામાં નિષ્ફળ જઈએ છીએ તો બાકી બંને સમજનો વિકાસ ધીમો થઈ જાય છે.

જો તમે પોતાની તાર્કિક સમજ વિકસિત કરી લીધી છે પણ ભાવનાત્મક સમજને ઉપેક્ષિત કરી દીધી છે. તો બની શકે કે તમે બીજાની તકલીફો પ્રત્યે સંવેદનશીલ ન હો. જો તમે તમારી ભાવનાત્મક સમજ વિકસિત કરી લીધી છે પણ આધ્યાત્મિક સમજને ઉપેક્ષિત કરી દીધી છે તો બની શકે છે કે સંસારમાં વ્યાપ્ત તકલીફો જોઈને તમે તમારી આશા ગુમાવી બેસશો. જો તમે પોતાની આધ્યાત્મિક સમજ પણ વિકસિત કરી લીધી છે પણ તાર્કિક સમજને ઉપેક્ષિત કરી દીધી છે તો બની શકે કે તમે કોઈ પંથ કે સંપ્રદાયના દુર્વ્યવહારના શિકાર બની જાઓ.

પરિસ્થિતિઓ ભલે ગમે તેવી હોય પોતાના મનમાં ક્યારેય હીન ભાવના આવવા ન દેશો. યાદ રાખો કે ઈશ્વરે તમને પોતાની દિવ્ય છબીમાં ઘડ્યા છે. તમે ઈશ્વરના સૌથી પ્રિય સંતાન છો. તમે બુદ્ધ પણ છો, ભલે તમને અત્યાર સુધી તેની અનુભૂતિ ન થઈ હોય. બ્રહ્માંડના બધા બુદ્ધોની જેમ તમે પણ બુદ્ધ પ્રકૃતિના છો. કોઈનેય આ પરવાનગી ક્યારેય ન આપશો કે તે તમને આનાથી ઉતરતા હોવાની અનુભૂતિ કરાવી શકે.

આસ્થાને વધારે મહત્ત્વ આપવામાં આવે છે જ્યારે સાધનાને ઓછું. જ્યારે આપણે સાધના કરતાં આસ્થા પર વધારે ભાર મૂકીએ છીએ તો આધ્યાત્મિકતા માત્ર ધાર્મિક સંઘર્ષ પેદા કરનારી એક વિચારધારા બનીને રહી જાય છે. પરંતુ જ્યારે આપણે આધ્યાત્મિક શિક્ષણને આપણા વાસ્તવિક જીવનમાં અમલમાં મૂકવા તરફ ધ્યાન કેન્દ્રિત કરીએ છીએ ત્યારે આપણને અનુભવ થાય છે કે જીસસે પ્રેમ વિશે જે શિક્ષણ આપ્યું છે, તે કરુણા પર બુદ્ધ દ્વારા આપવામાં આવેલા શિક્ષણથી અલગ નથી. જો તમે વિવિધ આધ્યાત્મિક માર્ગોની વચ્ચે શાંતિ અને સદભાવની કામના કરો છો તો તમે જ ઉપદેશ આપો છો તેને વર્તનમાં પણ લાવો.

***

બાઈબલના આ ત્રણ અંશ મને ખૂબ પ્રિય છે – 'દરેક પરિસ્થિતિમાં લોકો સાથે તમારું વર્તન એવું જ હોય, જેવા વર્તનની અપેક્ષા તમે તેમની પાસે પોતાના માટે રાખો છો. કારણ કે વિધિનું વિધાન અને પરમાત્માના દૂતોનું શિક્ષણ પણ આ જ છે. - મેથ્યૂ 7:12

વારંવાર મને પ્રભુ-પ્રભુ કહેનારને સ્વર્ગના રાજ્યમાં પ્રવેશ નહીં મળે. બલકે જે સ્વર્ગમાં સ્થિત મારા પરમપિતાની ઈચ્છા અનુસાર ચાલશે તેને જ પ્રવેશ મળશે. -મેથ્યૂ 7:21

હું તમને સાચું કહી રહ્યો છું જ્યારે પણ ક્યારેક તમે મારા ભોળા ભાઈઓમાંથી કોઈ એક માટે કશું પણ કર્યું છે તો તે તમે મારા માટે જ કર્યું છે. -મેથ્યૂ 25:40

એક કુટુંબમાં બે આધ્યાત્મિક માર્ગ

જ્યારે તમારો આધ્યાત્મિક માર્ગ તમારી વાગદત્તા કરતા અલગ હોય છે, જ્યારે તમારો ભાઈ પ્રયત્ન કરે છે કે તમે તમારું ધર્મ પરિવર્તન કરી તેનો નવો ધર્મ અપનાવી લો અથવા જ્યારે તમારા સંતાન કોઈ અન્ય ધર્મ અપનાવવાનું નક્કી કરે છે ત્યારે તેનાથી પરિવારમાં તણાવ અને અંટસ પેદા થઈ શકે છે. આ સ્થિતિમાં અસહમતી સર્જાઈ શકે છે, વિવાદ શરૂ થઈ શકે છે અને પછી એક દિવસ અચાનક તમે જુઓ છો કે તમારે તેમની સાથે આ વાત માટે સોદાબાજી કરવી પડે છે કે પરિવારમાં કોઈના અંતિમ સંસ્કાર કે લગ્ન કેવી રીતે કરવામાં આવે કે પછી કોઈ ધાર્મિક તહેવાર કેવી રીતે ઉજવવામાં આવે.

આધ્યાત્મિકતા સંઘર્ષનું કારણ બને, એ ખરેખર એક વિડંબના જ છે કારણ કે આધ્યાત્મિક શિક્ષણ હંમેશા પ્રેમ અને બધી ફરિયાદો ભૂલાવી મેળાપ કરવા સાથે જોડાયેલી હોય છે. એક કુટુંબમાં બે આધ્યાત્મિક માર્ગોવાળી સમસ્યા ભોગવી રહેલા લોકોને હું એક સલાહ આપવા ઈચ્છીશ.

સૌથી પહેલા, મહેરબાની કરીને એ સમજવાનો પ્રયત્ન કરો કે જે વસ્તુ તમારા માટે તણાવ પેદા કરી રહી છે અથવા તમને વિચિત્ર અનુભવ કરાવી રહી છે, તે આધ્યાત્મિકતા નથી બલકે તમારા પરિવારનું દબાણ છે, જે તમારા પર એટલા માટે નાખવામાં આવી રહ્યું છે જેથી તમે તેના પ્રમાણે ચાલવાનું શરૂ કરી દો. બની શકે કે તમને તેમની આ જબરદસ્તી અને સારપના દેખાવથી ગુસ્સો આવતો હોય. કદાચ તમને એવું પણ લાગે કે તેમનો આધ્યાત્મિક માર્ગ ખૂબ જ વિચિત્ર અને બિનપારંપરિક છે.

આ સ્થિતિમાંથી બહાર આવવાનો સૌથી સારો ઉપાય છે, એ બીજા આધ્યાત્મિક માર્ગ વિશે પોતાની જાણકારી વધારવી. એ આધ્યાત્મિક માર્ગના કોઈ સમ્માનનીય સભ્યનું કોઈ પુસ્તક શોધો અને તેનો અભ્યાસ કરો. જો તમે મુક્ત વિચારોવાળા છો અને શીખવા માટે ઈચ્છુક છો તો ટૂંક સમયમાં

જ તમે એ માર્ગના કેટલાક એવા પાસા શોધી લેશો, જે તમને તમારા આધ્યાત્મિક માર્ગની નજીકના લાગશે. જો કે બાહ્ય આધ્યાત્મિક પ્રતીક ભિન્ન હોય છે પણ તેની પાછળનો અર્થ તમને જાણીતો લાગી શકે છે.

તમે એ પરંપરાના કોઈ મહાન વ્યક્તિની આત્મકથા પણ વાંચી શકો છો, જેમ કે મહાત્મા ગાંધી, માર્ટિન લ્યુથર કિંગ, મધર ટેરેસા કે દલાઈ લામા. જ્યારે તમે તેમના જીવન અને તેમની આસ્થા વિશે વધારે જાણશો ત્યારે તેમના સાહસ માટે તમારા મનમાં પ્રશંસાનો ભાવ જન્મશે અને તમે તેમના આધ્યાત્મિક માર્ગનો આદર કરવા લાગશો. તમારા દૃષ્ટિકોણમાં આવેલું આ પરિવર્તન કૌટુંબિક સંબંધોમાં સકારાત્મક પ્રભાવ પાડશે. જો કે તમારું કુટુંબ તમારી આસ્થા માટે શું વિચારે છે, તેને તો તમે બદલી શકતા નથી પણ હવે કંઈ નહીં તો તેમની આસ્થા વિશે તમે અસહજ ભાવ નહીં અનુભવો.

જો કે આ પછી પણ જો તમારું કુટુંબ પોતાના સંકીર્ણ વિચારોથી મુક્ત થઈ શકતું નથી અને તિરસ્કાર કરવાનું ચાલુ રાખે છે તો પૂર્ણ આત્મવિશ્વાસની સાથે પોતાની વાત કહો અને તેમની જાણકારી વધારો. તેમને જણાવો કે તેમના આધ્યાત્મિક માર્ગના મહાન નેતાઓએ ક્યારેય તેમના જેવું વર્તન નથી કર્યું. માર્ટિન લ્યુથર કિંગ જુનિયર અને ટિક ન્યટ્ર હન્ એકબીજાનું સમ્માન કરતા હતા, થોમસ મર્ટન અને દલાઈ લામા સારા મિત્ર હતા.

જે લોકો ઉપરછલ્લી બાબતોથી પર ગહન અર્થોને સમજે છે અને વિનમ્રતા તથા શાંતિને મૂર્ત રૂપ આપવાનો પ્રયત્ન કરે છે, તે અન્ય ધર્મોના અનુયાયીઓની આંખોમાં ચમકતા જાણીતા આંતરિક પ્રકાશને પણ ઓળખી જાય છે.

જ્યારે આવું થાય છે ત્યારે તે વધારે વિનમ્ર થઈ જાય છે અને માનવ હૃદયની કોમળતા સાથે જોડાણ અનુભવતા માનવ અવતારના રહસ્યો પ્રત્યે વધારે ગ્રહણશીલ થઈ જાય છે.

આપણને ઈશ્વર પાસેથી વધારે પ્રેમ માંગવાથી નથી મળતો. બલકે આપણે સત્ય પ્રત્યે જાગૃત થઈ જઈએ છીએ કે ઈશ્વરે હંમેશા આપણને બિનશરતી પ્રેમ કર્યો છે. આપણે બુદ્ધ બનવાનો પ્રયત્ન કરવાથી બુદ્ધ નથી બનતા. બલકે આ સત્ય પ્રત્યે જાગૃત થઈ જઈએ છીએ કે આપણે હંમેશા જ બુદ્ધ રહ્યા છીએ.

***

શરૂઆતમાં આપણી પ્રાર્થના કંઈક આવી હોય છે, 'હે ઈશ્વર, કૃપા કરી મારી આ મનોકામના પૂર્ણ કરો, કૃપા કરી મારી તે મનોકામના પૂર્ણ કરો.' અને પછી આ પ્રાર્થના વિકસિત થઈને કંઈક આવી થઈ જાય છે, 'હે ઈશ્વર, હું આપનો આભારી છું, તમે મને જે આટલું બધું આપ્યું છે.' એ પછી આ પ્રાર્થના પરિપક્વ થઈને કંઈક આવી થઈ જાય છે, 'હે ઈશ્વર, હું તમારા જેવો બનવા ઈચ્છું છું.' અંતતઃ આ પ્રાર્થના ભાષાના દાયરાથી પર થઈ જાય છે અને પછી આપણે પવિત્ર મૌનમાં આપણા સંપૂર્ણ અસ્તિત્વની સાથે પ્રાર્થના કરીએ છીએ.

જેમ-જેમ મારી પ્રાર્થના ગહન થાય છે, મને મારા શબ્દોથી વધારે એ પરમ પિતાની વાણી સંભળાવા લાગે છે. જેમ-જેમ મારી વિનમ્રતા વધે છે, મને મારા હૃદયમાં એ પરમ પિતાનો પ્રેમ હજુ વધારે ઉભરાતો હોય તેવો અનુભવ થાય છે. જેમ-જેમ મારું મન શાંત થતું જાય છે, મને દરેક ક્ષણે એ પરમ પિતાની ઉપસ્થિતિની હજુ વધારે અનુભૂતિ થતી જાય છે.

***

જેમ-જેમ તમારી આસ્થા અને આધ્યાત્મિક સાધના ગહન થાય છે, એક પૃથક સ્વયં કે અહંની ભાવના વિલીન થવા માંડે છે, અને તમારા હૃદયમાં દિવ્યતાનું સ્થાન વધતું જાય છે. જો તમે મોટાભાગે માત્ર પોતાના લાભ માટે જ પ્રાર્થના કરી છે, તો તેમાં થોડું પરિવર્તન લાવો અને પોતાના નિયંત્રણને અમુક હદ સુધી ત્યાગવા માટે પ્રાર્થના કરવાનો પ્રયત્ન કરો.

જો અત્યાર સુધી તમે કંઈક આ રીતે પ્રાર્થના કરતા રહ્યા છો, 'હે ઈશ્વર, કૃપા કરી મારી આ મનોકામના પૂર્ણ કરો, મને ખરેખર આ બાબતની ખૂબ જરૂર છે' – તો હવે કંઈક આ રીતે પ્રાર્થના કરવાનો પ્રયત્ન કરો – 'હે ઈશ્વર, મારા હૃદયને એટલું વિશાળ બનાવો, કે હું જે બાબતોનો સ્વીકાર નથી કરી શકતો, તેનો પણ સ્વીકાર કરી શકું.' પોતાની મનોકામનાની પૂર્તિ માટે ઈશ્વર, બુદ્ધ કે કોઈપણ અન્ય દિવ્ય આત્માના ચરણોમાં ભૌતિક પ્રસાદ અર્પિત કરી તેમની સાથે સોદાબાજી ન કરશો.

***

જો તમે આ સમજી શકતા નથી કે જીવનની કોઈ સમસ્યાનો કેવી રીતે ઉકેલ લાવવામાં આવે તો એકવાર પ્રાર્થનાને અજમાવી જુઓ. જ્યારે તમે પોતાનું ધ્યાન પોતાની અંદરની તરફ કેન્દ્રિત કરો છો, અને પ્રામાણિકતાથી પોતાના પ્રશ્નનો જવાબ શોધો છો તો તમારી અંદરની પવિત્રતા તમારા આંતરિક જ્ઞાનના દરવાજા ખોલી નાખે છે.

જો તમે કોઈ ખાસને મળવા માટે ખૂબ આતુર છો, તો પોતાની પ્રાર્થનાને બ્રહ્માંડમાં મોકલી દો. આ બ્રહ્માંડ એક અદભુત મેચમેકર છે.

***

મઠવાસી ઘણા વર્ષો સુધી પ્રાર્થના કરી શકે છે કારણ કે બીજાના આનંદ માટે પ્રાર્થના કરી તેમને પોતાને આનંદ મળે છે. જ્યારે હું મારા કોઈ મિત્રના લગ્નમાં સામેલ થવા માટે તૈયારી કરું છું, તો મને ખૂબ આનંદ થાય છે.

***

જેમને અત્યાર સુધી પ્રબુદ્ધતા નથી મળી, તેમના માટે દરેક દિવસ એક સારો દિવસ નથી હોતો કારણ કે તે માત્ર ત્યારે જ આનંદ અનુભવ શકે છે, જ્યારે તેમના મન જેવું થાય છે. જ્યારે પ્રબુદ્ધ લોકો માટે દરેક દિવસ આનંદનો દિવસ હોય છે કારણ કે તે આ વાતથી પરિચિત હોવાને કારણે સ્વતંત્ર અનુભવ કરે છે કે તેમની સમજ તેમની પાસેથી કોઈ છીનવી શકતું નથી.

જે વ્યક્તિને અત્યાર સુધી પ્રબુદ્ધતા નથી મળી, જ્યારે તે કંઈક સારું કરે છે, તો પોતાની છાપ છોડવાનો પ્રયત્ન કરે છે, ત્યાં જ જ્યારે એક પ્રબુદ્ધ વ્યક્તિ કંઈક સારું કરે છે તો તે પોતાનું કોઈ નિશાન છોડતી નથી.

***

વ્યક્તિ જેટલી પવિત્ર હશે, તે એટલું જ વધારે પોતાનું વર્ણન એક પાપી તરીકે કરશે. આવું એટલા માટે કારણ કે તે પોતાની સાથે જૂઠું નથી બોલતી.

***

'સંત એટલા માટે સંત નથી હોતા, કારણ કે તેમની પવિત્રતા તેમને બીજા માટે પ્રશંસનીય બનાવે છે. બલકે તે એટલા માટે સંત હોય છે કારણ કે સંતત્વનો ઉપહાર તેમના માટે દરેક વ્યક્તિની પ્રશંસા કરવી શક્ય બનાવી દે છે.'

-થોમસ મર્ટન*

પુરોહિત અને શિક્ષક મોટોભાગે વાતોડિયા હોય છે, અને વૃદ્ધ પુરોહિત અને શિક્ષક સરખામણીએ વધારે વાતોડિયા હોય છે. આશા છે કે હું એવી વ્યક્તિ નહીં બનું, જે તેની સામે બેઠેલી વ્યક્તિ કેવું અનુભવી રહી છે તેના પર ધ્યાન આપ્યા વિના બસ બોલતી જ રહે છે.

***

કોઈ બીજાના રહસ્યને રહસ્ય જ રાખવું
મહાન આધ્યાત્મિક શક્તિનું પ્રતીક છે.

***

જ્યારે એક પાદરી કે અનુષ્ઠાનકર્તા ઉપદેશ આપે છે, તો તેણે માત્ર સામે બેઠેલા લોકો માટે જ નહીં બલકે પોતાના માટે પણ ઉપદેશ આપવો જોઈએ.

- રેવરેંડ હોંગ જિઓંગ-ગિલ

---

*થોમસ મર્ટન, ન્યૂ સીડ્સ ઓફ કોન્ટમપ્લેશન (ન્યૂયોર્ક, ન્યૂ ડાયરેક્શંસ, 2007)

કાર્ડિનલ નિકોલ ચેઓંગ જિન-સુક અનુસાર, 'એક માછલીની બે કે ત્રણ માછલીમાં ફેરવાયાની બાઈબલની કથાનો કોઈ રેકોર્ડ ઉપલબ્ધ નથી. એ જ રીતે આકાશમાંથી માછલીઓ પડવાનો પણ કોઈ રેકોર્ડ નથી. શક્યતઃ કંઈક આવું થયું હશે કે જિસસની કરુણ પ્રાર્થના સાંભળ્યા પછી લોકોએ પોતાનું ભોજન બીજાની સાથે વહેંચ્યું હશે.' એક ચમત્કાર માત્ર પ્રકૃતિના નિયમોથી પર ઘટનારી કોઈ અલૌકિક ઘટના માત્ર નથી. પોતાની આત્મકેન્દ્રિત પ્રવૃત્તિને ત્યાગી બીજા માટે પોતાના હૃદયના દ્વાર ખોલવા પણ એક ચમત્કાર જ છે.

***

બુદ્ધના શિક્ષણની સત્યતાનું પરીક્ષણ કરવાની એક સરળ રીત છે. સૌથી આરામદાયક મુદ્રા શોધી કાઢો. પછી ત્રીસ મિનિટ સુધી એ મુદ્રામાં રહો. સૌથી સહજ અને આરામદાયક મુદ્રા ટૂંક સમયમાં જ એક અસહજ મુદ્રામાં ફેરવાઈ જાય છે. વિશ્વની સૌથી સહજ મુદ્રા સહિત, બધું જ અસ્થાયી છે.

***

પોતાની જાતને જબરદસ્તી કોઈ આધ્યાત્મિક માર્ગ પર ન ધકેલશો. બલકે એ આધ્યાત્મિક માર્ગના શિક્ષણને ધીરે-ધીરે તમારા હૃદયના દ્વાર ખોલવા દો અને પોતાની તરફ આમંત્રિત કરવા દો. જે રીતે મીઠું ધીમે-ધીમે પાણીમાં ઓગળી જાય છે, એ જ રીતે એ શિક્ષણને પણ પોતાના હૃદયમાં ઓગળવા દો.

ઉપસંહાર

તમારો વાસ્તવિક ચહેરો

જ્યારે તમે એટલા વ્યસ્ત હો કે દરેક ક્ષણને દોડતી અનુભવો, જ્યારે ચિંતાજનક વિચાર તમારા મનને ઘેરી લે, જ્યારે ભવિષ્ય અનિશ્ચિત અને અંધકારમય દેખાય અને જ્યારે તમે કોઈની વાતથી દુઃખી થાઓ તો જરા શાંત થઈ જાઓ, ભલે માત્ર એક ક્ષણ માટે. પોતાની સંપૂર્ણ જાગરૂકતાને સમેટીને એક ઊંડો શ્વાસ લો.

તમને કશું સંભળાઈ રહ્યું છે? તમારું શરીર શું અનુભવી રહ્યું છે? આકાશ કેવું દેખાઈ રહ્યું છે?

જ્યારે આપણે શાંત થવા માંડીએ છીએ, માત્ર ત્યારે જ આપણા સંબંધો, આપણા વિચારો, આપણી પીડાને ખરેખર જોઈ શકીએ છીએ. જ્યારે આપણે શાંત થવા માંડીએ છીએ ત્યારે આપણે તેમાં ગૂંચવાયેલા નથી રહેતા. પછી આપણે તેમના દાયરામાંથી બહાર નીકળી, તે જેવા પણ છે, તેમની પ્રશંસા કરી શકીએ છીએ.

હંમેશા આપણી મદદ કરનારા પરિવારના સભ્યો અને સહકર્મીઓના ચહેરા, તે સેક્રેટરી જેની પાસેથી આપણે દરરોજ પસાર થઈએ છીએ પણ તેના પર ધ્યાન નથી આપતા, આપણા મિત્રોની તે કથાઓ, જેના પર આપણે ધ્યાન નથી આપ્યું હોતું – એ વિરામના મૌનમાં આપણું અસ્તિત્વ ચૂપચાપ પોતાની સંપૂર્ણતામાં ઉજાગર થવા માંડે છે.

વિવેક કે સમજ કોઈ એવી બાબત નથી, જેને પ્રાપ્ત કરવા માટે આપણે પ્રયત્ન કરવા પડે. બલકે જ્યારે આપણે શાંત થઈ જઈએ છીએ અને જે છે, તેના પર ધ્યાન આપીએ છીએ તો તે આપોઆપ જ આવી જાય છે.

વર્તમાન ક્ષણમાં આપણે જેટલું વધારે ને વધારે ધ્યાન આપીએ છીએ, એટલી જ આપણને એ વાતની ગહન અનુભૂતિ થાય છે કે આપણી

અંદર એક મૂક અવલોકનકર્તા રહેલો છે, જે મૌલિક મૌનમાં અંદર અને બહાર બધું જ જોઈ રહ્યો હોય છે.

પોતાના આ મૂક અવલોકનકર્તા સાથે મિત્રતા કરો. શોધી કાઢો કે તે ક્યાં છે અને તેણે કેવું રૂપ ધારણ કરી રાખ્યું છે. કોઈ એવી વસ્તુના રૂપમાં તેની કલ્પના કરવાનો પ્રયત્ન ન કરો, જેનાથી તમે અગાઉથી જ પરિચિત હો. પોતાના બધા વિચારો અને દૃશ્યોને ફરીથી મૌનમાં વિલીન થવા દો અને અગાઉથી ઉપસ્થિત એ અવલોકનકર્તાને પણ મૌનમાં અનુભવો.

જો તમને એ મૂક અવલોકનકર્તાનો ચહેરો દેખાય છે તો તેનો અર્થ એ છે કે તમે જન્મ અગાઉના તમારા મૂળ ચહેરાને શોધી લીધો છે.

આ પુસ્તક વાંચ્યા પછી તમે પોતાનો અભિપ્રાય (વિચાર સેવા) books.feedback@tejgyan.org પર પોસ્ટ કરી શકો છો.

'કેન્દ્રીય સાહિત્ય અકાદમી અનુવાદ પુરસ્કાર' અને 'ગુજરાતી સાહિત્ય પરિષદ અનુવાદ પારિતોષિક' પુરસ્કૃત

પત્રકાર-અનુવાદક કાશ્યપી મહાનો પરિચય

પૂ.મહાત્મા ગાંધીના આગ્રહથી, દાદા દત્તાત્રેય મહા મહારાષ્ટ્રથી આવીને, ગૂજરાત વિદ્યાપીઠ-સાબરમતી આશ્રમમાં કલાચાર્ય તરીકે જોડાયા, જ્યાં એમના હાથે ગાંધીજીના પ્રિય 'ત્રણ વાંદરા' અને કુમાર સામયિકમાં આજે પણ પ્રગટ થતું'માધુકરી' જેવા પ્રખ્યાત શિલ્પો રચાયા. એમનો કળા-સાહિત્ય વારસો ધરાવતા કાશ્યપીએ વાણિજ્ય સ્નાતક હોવા સાથે પત્રકારત્વ-સમૂહપ્રત્યાયન વિષયમાં પારંગત અને અનુપારંગત છે.

પત્રકાર, સંપાદક, મુલાકાતી વ્યાખ્યાતા તરીકે તેઓ ગુજરાતી અખબારો અને સ્વૈચ્છિક સંસ્થાઓ સાથે સંકળાયેલા રહ્યાં છે. મણિભવન ગાંધી સંગ્રહાલય માટે ગુજરાતભરના સ્વાતંત્ર્યસેનાનીઓની ઐતિહાસિક ઓડિયો મુલાકાતોનું સ્ક્રીપ્ટ લેખન કાર્ય પણ સુપેરે નિભાવ્યું છે.

એમના દ્વારા વિવિધ ભાષાઓમાંથી અનુવાદિત થયેલાં ૬૫ ઉપરાંત પુસ્તકોમાં, (મરાઠીમાંથી) પ્રથમ જ્યોર્તિલિંગ સોમનાથ મહાદેવના પુનરોદ્ધાર પૂજાવિધિનું અલભ્ય પુસ્તક 'શ્રી સોમનાથ તીર્થ', રાષ્ટ્રીય સ્વયંસેવક સંઘના તૃતીય સરસંઘચાલક 'શ્રી બાળાસાહેબ દેવરસ'નું જીવનચરિત્ર, 'ભારતમાં ખ્રિસ્તીઓ એક દસ્તાવેજી વિશ્લેષણ' કરતું સંશોધનઅહેવાલરૂપ પુસ્તક, પૉલ બ્રન્ટન લિખિત 'હિમાલય અને એક તપસ્વી' (જેને વર્ષ ૨૦૧૬-૧૭ના લેખિકાના સર્વશ્રેષ્ઠ પુસ્તક તરીકે અનુવાદ શ્રેણીમાં ગુજરાતી સાહિત્ય પરિષદનું પારિતોષિક મળ્યું છે), ટી.લૉબસંગ રામ્પા લિખિત 'તૃતિય નેત્ર' તથા (હિન્દીમાંથી) પ્રકાશ બિયાણી લિખિત 'શૂન્યથી શિખર' અને 'બિઝનેસ ગેમ ચેંજર્સ', જનસંઘની થિન્કટેન્ક ગણાતા પં. દિનદયાળ ઉપાધ્યાય લિખિત 'શ્રીમદ્ શંકરાચાર્ય', નોબેલ પારિતોષિક વિજેતા ફ્રેન્ચ લેખક રોમારોલાં લિખિત 'વિવેકાનંદ', દત્તોપંત ઠેંગડી દ્વારા લિખિત 'અખબારજગત અને આપણે', સરસંઘચાલકશ્રી મોહનરાવ ભાગવતના ત્રિદિવસીય પ્રવચનો 'ભવિષ્યનું ભારત', ગોવાના પૂર્વરાજ્યપાલ મહામહિમ મૃદુલા સિન્હા લિખિત 'પરિતપ્ત લંકેશ્વરી'(જેને કેન્દ્રીય સાહિત્ય અકાદેમી અનુવાદ પુરસ્કાર-૨૦૨૦ પ્રાપ્ત થયો

છે અને આ પુસ્તક સૌરાષ્ટ્ર યુનિ.ના એમ.એ.ના અભ્યાસક્રમમાં સામેલ છે), બંકિમચંદ્ર ચેટર્જી લિખિત 'આનંદમઠ' તથા (અંગ્રેજીમાંથી) સીસીસીની પરીક્ષા માટે બાબાસાહેબ આંબેડકર ઓપન યુનિ., માટેનું તાલીમી સાહિત્ય સહિતના પુસ્તકો સામેલ છે. એમણે 'મહારાજા ભગવતસિંહજી', 'સમર્થ રામદાસ', 'ગુરુદયાલ મલિક' પ્રેરક જીવનચરિત્રો પણ આપ્યાં છે. સંપર્ક : kashyapimaha@gmail.com

તેજજ્ઞાન ફાઉન્ડેશન પરિચય

તેજજ્ઞાન ફાઉન્ડેશન આત્મવિકાસથી આત્મસાક્ષાત્કાર પ્રાપ્ત કરવાનો એક માર્ગ છે. આ માટે સરશ્રી દ્વારા એક અનોખી બોધ પદ્ધતિ (System for Wisdom) નું સર્જન થયું છે. આ પદ્ધતિને આંતરરાષ્ટ્રીય માપદંડ ISO 9001:2015 ની આવશ્યકતાઓ અને નિર્દેશોને અનુરૂપ ઢાળીને સરળ, વ્યવહારિક અને પ્રભાવી બનાવવામાં આવી છે. આ સંસ્થાની બોધ પદ્ધતિના વિવિધ પાસાઓ (શિક્ષણ, નિરીક્ષણ અને ગુણવત્તા) ને સ્વતંત્ર ગુણવત્તા પરીક્ષકો (Quality Auditors) દ્વારા ક્રમબદ્ધ રીતે તપાસવામાં આવ્યા. જે પછી આ પાસાઓને ISO 9001:2015ને અનુરૂપ માન્યતા મળતા, આ બોધ પદ્ધતિને પ્રમાણિત કરવામાં આવી છે. ફાઉન્ડેશનનું લક્ષ્ય તમને નકારાત્મક વિચારથી સકારાત્મક વિચારની તરફ વધારવાનું છે.

તેજજ્ઞાન ફાઉન્ડેશન પરિચય

હેપી થૉટ્સ તેજજ્ઞાન યુ ટ્યુબ ચેનલ

મહાઆસમાની પરમ જ્ઞાન શિબિર પરિચય

Self Delelopment to Self Realization Towords Self Stabilizaion

શું તમને ઉચ્ચતમ આનંદ મેળવવાની ઇચ્છા છે ? એવો આનંદ, જે કોઈ કારણ પર નિર્ભર નથી, જેમાં સમયની સાથે માત્ર વધારો જ થાય છે. શું તમે આ જ જીવનમાં પ્રેમ, વિશ્વાસ, શાંતિ, સમૃદ્ધિ અને પરમસંતુષ્ટિ મેળવવા ઇચ્છો છો ? શું તમે શારીરિક, માનસિક, સામાજિક, આર્થિક અને આધ્યાત્મિક આ બધા જ સ્તર પર સફળતા પ્રાપ્ત કરવા ઈચ્છો છો ? શું તમે 'હું કોણ છું' આ પ્રશ્નનો જવાબ અનુભવથી મેળવવા ઈચ્છો છો ? જો તમારી અંદર આ સવાલોના જવાબ જાણવાની અને 'અંતિમ સત્ય' પ્રાપ્ત કરવાની તરસ જાગી છે તો તેજજ્ઞાન ફાઉન્ડેશન દ્વારા આયોજિત 'મહાઆસમાની પરમ જ્ઞાન શિબિર' માં આપનું સ્વાગત છે. આ શિબિર પૂર્ણપણે સરશ્રીના શિક્ષણ પર આધારિત છે.

મહાઆસમાની - અલ્પ પરિચય

હેપી થૉટ્સ સરશ્રી યુ ટ્યુબ ચેનલ

તેજજ્ઞાન ફાઉન્ડેશન દ્વારા પ્રસ્તુત સોશિયલ મીડિયા એક્ટિવિટીઝ

તેજજ્ઞાન ઈન્ટરનેટ રેડિયો

24 કલાક અને 365 દિવસ સરશ્રીના પ્રવચન અને ભજનોનો લાભ લો, તેજજ્ઞાન ઈન્ટરનેટ રેડિયો દ્વારા.

જુઓ લિંક http://www.tejgyan.org internetradio.aspx

Tejgyan Internet Radio on all platforms like Android, iPhone, iPad and Amazon

યુ ટ્યુબ દ્વારા પ્રાર્થનામાં સામેલ થઈ શકો છો

ગુડ મોર્નિંગ પ્રેયર રોજ સવારે 6.15am-6.25am

ધ્યાન પ્રાર્થના બીજ –

બપોરે 3.30pm 3.45pm અને રાત્રે 9.00pm 9.15pm

શિબિર - Train & Boost Your Immunity

જેટલી આપણી ઈમ્યુનિટી સ્ટ્રોંગર, એટલું આપણું સ્વાસ્થ્ય ઉત્તમ

શિબિર - શ્રાદ્ધ અને પિતૃદોષ યુક્તિ

પૂર્વજો માટે મુક્તિ પ્રાર્થના કેવી રીતે કરશો

Liberation from Ancestral Karmic Bondage

શિબિર - હેપીવાળા સંબંધો

જીવિત સંબંધોનું લક્ષ્ય – જિતૃ પક્ષ

યુ ટ્યુબ પર સરશ્રીના પ્રવચનોનો લાભ પ્રાપ્ત કરવા માટે આજે જ યુ ટ્યુબ ચેનલને સબસ્ક્રાઈબ કરો

YouTube channels

Happy Thoughts - Tejgyan
Sirshree - Tejgyan
Happy Thoughts - Parma Gyan

*****Voice of Happy Thoughts App**

Registration link : https://happythoughts.co/
Contact No. : 7447797317

• Follow Us •

સરશ્રી દ્વારા રચિત પુસ્તકોની જાણકારી

સરશ્રીએ વિવિધ વિષયો પર 150 કરતાં વધારે પુસ્તકોનું લેખન કર્યું છે, જેમાંથી 'વિચાર નિયમ', 'વિશ્વાસ નિયમ', 'સ્વસંવાદ કા જાદુ', 'સ્વયં કા સામના', 'સ્વીકાર કા જાદુ', 'નિર્ણય ઔર જિમ્મેદારી', 'નિઃશબ્દ સંવાદ કા જાદુ', 'સંપૂર્ણ ધ્યાન' વગેરે પુસ્તકો બેસ્ટસેલર બની ચૂક્યા છે. આ પુસ્તકો દસથી વધારે ભાષાઓમાં અનુવાદિત થઈ ચૂક્યા છે અને મુખ્ય પ્રકાશકો દ્વારા પ્રકાશિત કરવામાં આવ્યા છે, જેમ કે પેંગ્વિન બુક્સ, જયકો બુક્સ, મંજુલ પબ્લિશિંગ હાઉસ, પ્રભાત પ્રકાશન, રાજપાલ એન્ડ સન્સ, પેંટાગોન પ્રેસ, સકાળ પ્રકાશન વગેરે.

વિચાર નિયમ
તમારી સફળતાનું રહસ્ય

વિશ્વાસ નિયમ
સર્વોચ્ચ શક્તિના સાત નિયમ

પુસ્તકો ઓર્ડર કરવા માટે લૉગ ઈન કરો -

www.gethappythoughts.org

પુસ્તકો વિશે વધારે જાણકારી મેળવવા માટે સંપર્ક કરો -

ફોન નં. 09011013210

તેજજ્ઞાન ફાઉન્ડેશન - મુખ્ય શાખાઓ

પુણે - (રજિસ્ટર્ડ ઓફિસ) - વિક્રાંત કોમ્પલેક્સ, તપોવન મંદિરની પાસે, પિંપરી, પુણે - 411017. ફોન - 020-27411240, 27412576

મનન આશ્રમ - સર્વે નં.-43, સનસ નગર, નાંદોશી ગામ, કિરકટવાડી ફાટા, તહસીલ - હવેલી, જિલ્લો - પુણે - 411 024, ફોન - 09921008060

***નમ્ર નિવેદન ***

વિશ્વ શાંતિ માટે લાખો લોકો પ્રતિદિન સવારે અને રાત્રે નવ વાગીને નવ મિનિટે ઉપર આપવામાં આવેલી પ્રાર્થના કરે છે. સાથે જ ભારતીય સમય પ્રમાણે રોજ સવારે 6.15 વાગ્યે, બપોરે 3.30 વાગ્યે અને રાત્રે 9.00 વાગ્યે યુટ્યુબ દ્વારા 'ધ્યાન પ્રાર્થના બીજ' પ્રસારિત થાય છે. કૃપા કરીને આપ પણ તેમાં સામેલ થઇ જાઓ.

www.ingramcontent.com/pod-product-compliance
Lightning Source LLC
Chambersburg PA
CBHW031326230926
51848CB00001B/107
9789390132614